എം. മുകുന്ദൻ

നവരസകഥകൾ

പഠനം

ഡോ. ഷാജി ജേക്കബ്

വര

സോമൻ കടലൂർ

കൈരളി ബുക്സ്

Malayalam Language
Navarasakathakal
(Selected Stories)
by
M. Mukundan

♦

Published in September 2015
This Edition October 2022
by Kairali Books Private Limited
Thalikkavu Road, Kannur.
Ph : 0497 2761200
E-Mail : kairalibooksknr@gmail.com

♦

Cover Design
Prasanth Mangad

♦

Printed at
Printing Park, Tly.

Price ₹: 200.00
57/15-16/ Sl. No. 739/100/NS 18.6
ISBN 978-93-85366-48-2

എം. മുകുന്ദൻ

1942-ൽ മയ്യഴിയിൽ ജനനം. 1961-ൽ ആദ്യകഥ വെളിച്ചം കണ്ടു. അഞ്ചര വയസ്സുള്ള കുട്ടി, വീട്, നദിയും തോണിയും, വേശ്യകളേ നിങ്ങൾക്കൊരമ്പലം, ഏഴാമത്തെ പൂവ്, കണ്ണാടിക്കാഴ്ച, കൈക്കുമ്പിളിലെ വെള്ളം, ദിനോസറുകളുടെ കാലം തുടങ്ങിയ കഥാസമാഹാരങ്ങളും മയ്യഴിപ്പുഴയുടെ തീരങ്ങളിൽ, ദൈവത്തിന്റെ വികൃതികൾ, ഹരിദ്വാരിൽ മണി മുഴങ്ങുന്നു, ആദിത്യനും രാധയും മറ്റു ചിലരും, ആവിലായിലെ സൂര്യോദയം, ആകാശത്തിന് ചുവട്ടിൽ, കിളി വന്നു വിളിച്ചപ്പോൾ, നഗ്നനായ തമ്പുരാൻ, ഈ ലോകം അതിലൊരു മനുഷ്യൻ, കൂട്ടംതെറ്റി മേയുന്നവർ, ദൽഹി, കേശവന്റെ വിലാപങ്ങൾ, നൃത്തം, ഒരു ദളിത് യുവതിയുടെ കദനകഥ, പുലയപ്പാട്ട്, പ്രവാസം തുടങ്ങിയ നോവലുകളും, 'ഇരുട്ട്' എന്ന നാടകവും 'എന്താണ് ആധുനികത' എന്ന പഠനഗ്രന്ഥവുമാണ് പ്രധാനകൃതികൾ.

കേരളസാഹിത്യ അക്കാദമി അവാർഡ്, എം.പി.പോൾ അവാർഡ്, കേന്ദ്രസാഹിത്യ അക്കാദമി അവാർഡ്, എൻ.വി. പുരസ്കാരം, മുട്ടത്തുവർക്കി അവാർഡ്, വയലാർ അവാർഡ്, മാതൃഭൂമി പുരസ്കാരം, മയിൽപീലി പുരസ്കാരം തുടങ്ങിയവ ലഭിച്ചിട്ടുണ്ട്. സാഹിത്യസംഭാവനകളെ മുൻനിർത്തി ഫ്രഞ്ച് ഗവൺമെന്റിന്റെ ഏറ്റവും വലിയ ബഹുമതിയായ ഷെവലിയാർ ഓഫ് ആർട്സ് ആന്റ് ലെറ്റേഴ്സ് (1998) ലഭിച്ചു. ഫ്രഞ്ച് എംബസിയിൽ ഉദ്യോഗസ്ഥനായിരുന്നു. കേരളസാഹിത്യ അക്കാദമി പ്രസിഡണ്ടായും പ്രവർത്തിച്ചിരുന്നു.
ഭാര്യ: ശ്രീജ, മക്കൾ: പ്രതീഷ്, ഭാവന.

പ്രസാധകക്കുറിപ്പ്

മലയാള കഥാസാഹിത്യത്തിലെ മികവുറ്റ കഥകളെ നവരസങ്ങളുടെ അടിസ്ഥാനത്തിൽ സമാഹരിക്കുകയെന്ന സദുദ്ദേശ്യത്തിലാണ് കൈരളി ബുക്സ് 'നവരസകഥകൾ' പ്രസിദ്ധീകരിക്കുന്നത്. കഥയുടെ ഉള്ളടക്കം പ്രസരിപ്പിക്കുന്ന സ്ഥായീഭാവങ്ങൾ പലതാകാം. എങ്കിലും നവരസങ്ങളിലൊന്നിന്റെ ഊന്നൽ കഥയിൽ ഉണ്ടായേക്കാം. അത്തരം രസമർമത്തെ മാനദണ്ഡമാക്കിയാണ് ഈ കഥകൾ തെരഞ്ഞെടുത്തിട്ടുള്ളത്. ആദ്യഘട്ടത്തിൽ കാരൂർ, ഉറൂബ്, എസ്.കെ. പൊറ്റക്കാട്, എം.ടി., മാധവിക്കുട്ടി, ടി. പത്മനാഭൻ, എം. മുകുന്ദൻ, പുനത്തിൽ കുഞ്ഞബ്ദുള്ള, സേതു എന്നിവരുടെ ഒൻപതു കഥകൾ വീതമാണ് നവരസക്രമത്തിൽ ഉൾപ്പെടുത്തിയിട്ടുള്ളത്. ഭാവനയുടെ അപാരതയിൽ ജീവിതാനുഭവങ്ങളുടെ വൻകരകൾ വരച്ചിട്ട സർഗപ്രതിഭകളാണിവർ. ഈ മഹാരഥന്മാരുടെ കഥകൾ ഈവിധം പ്രസിദ്ധപ്പെടുത്തുന്നതിനു കൈവന്ന അവസരത്തെ കൈരളിയുടെ പ്രവർത്തകർ ഏറെ ചാരിതാർഥ്യത്തോടെയാണ് കാണുന്നത്.

കാലാനുസൃതമായ കഥാകഥനം അനായാസം കൈകാര്യം ചെയ്ത എഴുത്തുകാരനാണ് എം. മുകുന്ദൻ. ആധുനികാനന്തര മാതൃകകളും അദ്ദേഹത്തിന്റെ സംഭാവനകളായുണ്ട്. മാത്രമല്ല, മലയാളിയുടെ വ്യാജഭാവുകത്വം പിച്ചിക്കീറുന്ന പോരായുധം അദ്ദേഹത്തിന്റെ രചനകളെപ്പോഴും പുതുമയോടെ സൂക്ഷിക്കുന്നു. കഥാകാരൻ വിവിധ കാലഘട്ടങ്ങളിലായി വായനക്കാർക്കു സമ്മാനിച്ച വിലപ്പെട്ട രചനകൾ ഈ സമാഹാരത്തെ സമ്പുഷ്ടമാക്കുന്നു.

കൈരളി ബുക്സിനോടു സ്വീകരിച്ചുപോരുന്ന സർഗാത്മക പിന്തുണക്കു പകരമായി വായനാസമൂഹത്തിനു നൽകുന്ന ഒരു ഉപഹാരമെന്ന നിലയിൽ ഈ 'നവരസകഥ'കളെ സ്വീകരിച്ചാലും.

സ്നേഹപൂർവം,
കൈരളി ബുക്സ് പ്രവർത്തകർ

നവരസകഥകൾ

- ഹൃദയവതിയായ ഒരു പെൺകുട്ടി
- പപ്പു കുരുടനായ കഥ
- കാഴ്ചക്കാരൻ
- വേട്ടക്കാർ സൂക്ഷിക്കുക
- കാമവും വിപ്ലവവും
- ഭാവി
- കാളവണ്ടിക്കാരൻ ചെക്കു
- തെമ്മാടിയായ കുട്ടി
- വേശ്യകളേ, നിങ്ങൾക്കൊരമ്പലം

ജീവിതത്തിന്റെ രസതന്ത്രം

ഷാജി ജേക്കബ്

'It is a short story because it is a *short* story'
Norman Friedman

മനുഷ്യാവസ്ഥകളുടെ ഇതിഹാസമാണ് നോവലെങ്കിൽ ജീവിതാനുഭവത്തിന്റെ ഭാവഗീതമാണ് ചെറുകഥ. സമൂഹമനുഷ്യരുടെ സംഘചേതനകളാണ് നോവലിലാവിഷ്ക്കരിക്കപ്പെടുന്നതെങ്കിൽ വ്യക്തിയുടെ ആത്മഭൂപടമാണ് ചെറുകഥയിൽ വരഞ്ഞിടപ്പെടുന്നത്. എന്നുവച്ചാൽ, ആധുനികതയുടെ അസ്തിത്വരൂപങ്ങളെന്ന നിലയിൽ ഭാവനചെയ്യപ്പെടുന്ന നോവലും ചെറുകഥയും അടിസ്ഥാനപരമായി ഭിന്നമാകുന്നത് അവയിലെ അനുഭൂതിലോകങ്ങളുടെ ആഖ്യാന വ്യാപ്തിയിലാണ്.

കഥാസാഹിത്യ (Fiction) മെന്ന വിശാലമായ സാഹിത്യരൂപത്തിനുള്ളിൽ ചെറുകഥ (shortfiction/shortstory)യെന്ന സവിശേഷഗണത്തെ മൗലികമാക്കുന്ന ഘടകങ്ങളും സ്വഭാവങ്ങളു മെന്താണെന്നതിനെക്കുറിച്ച് വലിയ തർക്കങ്ങൾ തന്നെ നിലനിൽക്കുന്നുണ്ട്. 1976ൽ എഴുതിയ *ചെറുകഥാസിദ്ധാന്തങ്ങൾ* എന്ന ഗ്രന്ഥത്തിൽ ചാൾസ് മേ, ഘടനാപരമായ ഐക്യം (Unity) എന്ന സ്വഭാവം മുൻനിർത്തി എഡ്ഗാർ അലൻപോ, ബ്രാൻഡർ മാത്യൂസ് തുടങ്ങിയവരും ഇതിവൃത്തത്തിന്റെ സംഗ്രഹ സങ്കേതങ്ങൾ (techniques of plot compression) മുൻനിർത്തി എ.എൽ.ബാദർ, നോർമൻ ഫ്രീഡ്മാൻ, എൽ.എ.ജി.സ്ട്രോംഗ് തുടങ്ങിയ വരും, കഥാപാത്രപരിണാമം (change of character) മുൻനിർത്തി തിയോഡോർ സ്ട്രൗവും കർത്തൃത്വം (subject) മുൻനിർത്തി ഫ്രാങ്ക് ഒ കോണറും ശൈലി(tone) മുൻനിർത്തി ഗോർഡിമറും ഭാവഗീതാത്മകത(lyricsm) മുൻനിർത്തി മൊറാവിയയും ചെറുകഥയുടെ മൗലികത നിർണ്ണയിക്കുന്നതിനെക്കുറിച്ചെഴുതുന്നുണ്ട് (Suzane.C.Ferguson, 1995).

സൈദ്ധാന്തിക വിമർശനം കവിതക്കും, നാടകത്തിനും, നോവലിനും ശേഷം നാലാമതായേ ചെറുകഥയെ പരിഗണിക്കാറുള്ളൂ എന്ന നോർമൻ ഫ്രീഡ്മാന്റെ അഭിപ്രായം(1958) ഇന്നും പ്രസക്തമാണ്. 1963 ൽ ഫ്രാങ്ക് ഒ കോണർ എഴുതിയ The Lonely Voice എന്ന ചെറുകഥാ സിദ്ധാന്ത ഗ്രന്ഥമാണ് ഒരുപക്ഷെ ഈ രംഗത്ത് നാളിതുവരെയുണ്ടാ യിട്ടുള്ളവയിൽ ഏറ്റവും പ്രസിദ്ധം. ഈ ഗ്രന്ഥത്തിൽ കോണർ ചെറുകഥയെ നിർവചിക്കുന്നത്, സമൂഹത്തിൽ നിന്നു മുറിച്ചുനീക്കപ്പെട്ട, ഏകാന്തരും ബഹിഷ്കൃതരുമായ വ്യക്തികളുടെ ആത്മരോദനങ്ങളാ യാണ്. 'ഇംപ്രഷനിസ്റ്റിക്' ആണ് ചെറുകഥയുടെ സൂക്ഷ്മജീവിതലോകം എന്ന് പൊതുവെ കരുതപ്പെടുന്ന സാഹചര്യവും ഇതാണ്. മറ്റു മനുഷ്യരുടേതിൽനിന്നു ഭിന്നമായ അനുഭൂതിലോകങ്ങളും സ്വത്വാനുഭവ ങ്ങളുമുള്ള ഒരു വ്യക്തിയെ കേന്ദ്രീകരിച്ചാവും, സാധാരണരീതിയിൽ ചെറുകഥ ഭാവനചെയ്യപ്പെടുക. ആത്മനിഷ്ഠവും കർതൃകേന്ദ്രിതവുമായ ആഖ്യാനം, അന്യവൽകൃതവും ഏകാന്തവും സ്വത്വാന്വേഷണപരവുമായ നായകകഥാപാത്രം, സ്ഥലപരവും കാലപരവും ക്രിയാപരവുമായ ഐക്യം, റിയലിസത്തെക്കാൾ കാല്പനികതയോടിണങ്ങി നിൽക്കുന്ന ഭാവപ്രപഞ്ചം എന്നിങ്ങനെ ചെറുകഥയെ ചെറുകഥയാക്കുന്ന നിരവധി സ്വഭാവങ്ങൾ ഈ പശ്ചാത്തലത്തിൽ നിരീക്ഷിക്കപ്പെട്ടിട്ടുണ്ട്. ആധുനിക തയിൽ, വ്യക്തിവാദ നിഷ്ഠമായ സൗന്ദര്യശാസ്ത്ര പദ്ധതികളുടെയും വായനാധിഷ്ഠിതമായ മാധ്യമ സാധ്യതകളുടെയും സ്വരൂപങ്ങളിലാണ് ചെറുകഥ രൂപംകൊണ്ടതും പരിണമിച്ചതും. വിട്ടുവീഴ്ചയില്ലാതെതന്നെ കാല്പനികതയോടും ആത്മനിഷ്ഠതയോടും വൈകാരികതയോടും ഇണങ്ങി നിന്നുകൊണ്ട്, അതിന്റെ വിശ്വവിഖ്യാതമായ 'ചെറുപ്പ്'ത്തി നുള്ളിൽ ചെറുകഥ മനുഷ്യജീവിതത്തിന്റെ രസഭൂപടങ്ങൾക്ക് നിരന്തരം ഊടും പാവും നെയ്തുകൂട്ടുന്നതിന്റെ എത്രയെങ്കിലും ഉദാഹരണങ്ങൾ നമുക്കു മുന്നിലുണ്ട്. ചെക്കോവും ടോൾ സ്റ്റോയിയും മുതൽ ഹെമിംഗ്വേ യും മാർക്കേസുംവരെ. മലയാളത്തിലാണെങ്കിൽ കാരൂരും എം.ടിയും പത്മനാഭനും മാധവിക്കുട്ടിയും മുതൽ സന്തോഷ് കുമാറും സുഭാഷ്ചന്ദ്ര നും ഇന്ദുമേനോനും വരെയുള്ളവർ വ്യക്തമാക്കുന്നത് 'ലാവണ്യാത്മക വും കാല്പനികവുമായി ആവിഷ്കൃതമാകുന്ന ഏകാന്ത വ്യക്തിത്വ ങ്ങളുടെ ആത്മലോകങ്ങളാണ് ചെറുകഥയുടെ രസതന്ത്രം' എന്നുതന്നെ യാണ്. ഇടയ്ക്കെപ്പോഴൊക്കെയോ ഉഷ്ണവാതം പോലെ വീശിപ്പോയ ആധുനികതാവാദത്തിന്റെ രാഷ്ട്രീയ, അരാഷ്ട്രീയ ജീവിതങ്ങൾ ഒരു പോലെ ബാക്കിനിൽക്കുമ്പോൾ തന്നെയാണ് ഇതുപറയാൻ കഴിയുന്ന ത്. കാരണം, ചെറുകഥ എക്കാലത്തും വായനയിൽ ജീവിതത്തെ അനു ഭവിപ്പിക്കുകയാണ്

ചെയ്യുന്നത്; നോവലിനെപ്പോലെ മനുഷ്യാവസ്ഥയെ അതിശയിപ്പിക്കുകയല്ല.

സ്വന്തം നോവലുകൾക്കു മുന്നിൽ തീരെ ചെറുതായിപ്പോയ കഥകളെഴുതിയവരിന്ന് മലയാളത്തിലെ വലിയൊരുനിര എഴുത്തുകാർ-തകഴി മുതൽ സാറാജോസഫ് വരെ ഉദാഹരണം എത്രയെങ്കിലുമുണ്ട്. നോവലെഴുതാത്തതിനാൽ കഥയ്ക്കു കാമ്പുണ്ടെന്നു തെളിയിച്ചവരാണ് കാരൂർ മുതൽ ഹരീഷ് വരെയുള്ളവരെങ്കിൽ നോവലെഴുതി പരാജയപ്പെട്ടവരാണ് ആധുനികാനന്തര കഥാകൃത്തുക്കൾ മിക്കവരും. മാധവനും അശോകനും മുതൽ സന്തോഷ്കുമാറും സുഭാഷ്ചന്ദ്രനും വരെ. കഥയെഴുതാതെതന്നെ നോവലിൽ വിജയിച്ചവരാണ് ഇക്കാലത്തെ മറ്റു ചിലർ. രാമകൃഷ്ണൻ മുതൽ രാജീവൻവരെ. എം.മുകുന്ദൻ നോവൽ ഭാവുകത്വത്തിൽ ആധുനികതയിൽ നിന്ന് ആധുനികാനന്തരതയിലേക്കു സഞ്ചരിച്ച മലയാളത്തിലെ മികച്ച രണ്ടെഴുത്തുകാരിൽ ഒരാളാണ്, കഥയിൽ അങ്ങനെയൊരു ഭാവുകത്വപരിണാമം അദ്ദേഹത്തിനു ഫലപ്രദമായി പ്രകടിപ്പിക്കാനായിട്ടില്ലെങ്കിലും. അതേസമയം, ആധുനിക താവാദത്തിന്റെ പാഠമാതൃകകളായി കാണാവുന്ന എത്രയെങ്കിലും കഥകൾ മുകുന്ദന്റേതായുണ്ട് - ജീവിതത്തിന്റെ സൂക്ഷ്മഭൂപടം വരഞ്ഞിടുന്ന ഭാവനാലീലകളെന്ന നിലയിൽ.

ഈ സമാഹാരത്തിലെ കഥകൾക്കുള്ളതും മറ്റൊരു സ്വഭാവമല്ല. കാമനകളുടെയും മോഹങ്ങളുടെയും സ്വപ്നതുല്യമായ ഉത്സവമേളങ്ങൾ മാത്രമല്ല, ജീവിതത്തിന്റെ ക്രൂരസന്ദർഭങ്ങളിൽ മനുഷ്യരനുഭവിക്കുന്ന ഒറ്റപ്പെടലുകളുടെയും വേട്ടയാടലുകളുടെയുംകൂടി കഥകളാണ് ഇവിടെ സമാഹരിക്കപ്പെടുന്ന രചനകൾ. ഒരനുഭവം, ഒരു സന്ദർഭം, ഒരു വൈകാരി കാനുഭൂതി, ഒരവസ്ഥ-അസ്തിത്വത്തിന്റെ രസച്ഛേദങ്ങളാണ് ഓരോ കഥയും. കാളവണ്ടിക്കാരൻ ചെക്കു, പപ്പു കുരുടനായ കഥ, വേശ്യകളേ നിങ്ങൾക്കൊരമ്പലം എന്നിവ മലയാളകഥയിൽ ഒരു ഭാവുകത്വസന്ധി യുടെ പ്രാതിനിധ്യ സ്വഭാവം കൈയടക്കിയ രചനകളാണെങ്കിൽ ആമുഖ ങ്ങളില്ലാത്ത ആധുനിക ജീവിതോദന്തങ്ങൾ തന്നെയാണ് ഇതര കഥകളും. ഭാഷയിലൂടെ ഭാവനജീവിതത്തിനു വരച്ചുനൽകുന്ന ഭാവചിത്ര ങ്ങളായി ഇവ മാറുന്നു.

പ്രണയത്തിന്റെ ഒരു പൂവ് ആത്മാവിനുള്ളിൽ വിരിഞ്ഞു പൊട്ടുന്നതിന്റെ ഹർഷമനുഭവിക്കുന്ന പ്രേമ എന്ന പെൺകുട്ടിയുടെ കഥയാണ് 'ഹൃദയവതിയായ ഒരു പെൺകുട്ടി'. ആരാധന പ്രണയമായും പ്രണയം നിരാശയായും പരിണമിക്കുന്ന ഒരു സാധാരണ ജീവിതാനുഭവത്തിന്റെ സ്വാഭാവിക ദുരന്തചിത്രം. പ്രണയം അതു തോന്നുന്നയാളോടുപോലും വെളിപ്പെടുത്താൻ കഴിയാതെ ഗൂഢവും അസ്വസ്ഥവു

മായ ഒരനുഭൂതിയായി സൂക്ഷിക്കാൻ വിധിക്കപ്പെടുന്ന പെൺകുട്ടിയുടെ അടക്കിവച്ച കാമനകളുടെ കഥ. വിപ്രലംഭത്തിലേക്കോ സംഭോഗത്തിലേക്കോ എത്തിച്ചേരാത്ത ശൃംഗാരത്തിന്റെ വിധുരഭാവന.

പ്രണയത്തിന്റെ ഈ ആർദ്രകാല്പനികതക്കു പകരം കാമത്തിന്റെ തീപാറുന്ന കീഴാള ജീവിതത്തെ നർമ്മവും രാഷ്ട്രീയാക്ഷേപവും കലർത്തിയാവിഷ്ക്കരിക്കുന്ന കഥയാണ് 'കാമവും വിപ്ലവവും'. ഒ.വി.വിജയന്റെയും വി.കെ.എന്നിന്റെയും പ്രസിദ്ധങ്ങളായ പൊളിറ്റിക്കൽ സറ്റയറുകൾ ഓർമ്മയിലെത്തിക്കുന്ന രചന. തുള്ളിച്ചിയെ കണ്ടമാത്രയിൽ തന്നെ തലമുറിയനുണ്ടാകുന്ന കാമപാരവശ്യവും ഫണം നീർത്തിയ കാമാസക്തിയിൽ പിടയുന്ന അവന്റെ അശരണമായ രാപകലുകളും നിഷ്ക്കരുണം തുള്ളിച്ചി നിരാകരിക്കുന്ന കാമം തലമുറിയനുണ്ടാക്കുന്ന ഭ്രാന്തും അത് വിപ്ലവമായി പൊട്ടിത്തെറിക്കുന്ന കറുത്ത ഫലിതവുമാണ് കഥയിലുള്ളത്. പരിത്യക്തകാമത്തിന്റെ രക്തസാക്ഷിയായി ചരിത്രത്തിൽ വിപ്ലവത്തിന്റെ ഫലിതോക്തിപോലെ തലമുറിയൻ. കാമത്തെക്കുറിച്ചെന്ന പോലെ വിപ്ലവത്തെക്കുറിച്ചുമുള്ള ഒന്നാന്തരം സറ്റയർ.

നഷ്ടപ്രണയത്തിന്റെ പിൽക്കാല സ്മൃതികളും പ്രണയിനിയുമായുള്ള കൂടിക്കാഴ്ചകളും അധ്യാപകനും എഴുത്തുകാരനുമായ മധ്യവയസ്കന് നൽകുന്ന അതിജീവനോർജ്ജത്തിന്റെ കഥയാണ് 'കാഴ്ചക്കാരൻ'. പ്രണയവും കാമവും മറികടന്ന നിർവേദാനുഭൂതിയുടെ കരുണാർദ്രമായ മനോനിലയിലാണ് അയാൾ വീണ്ടും അവളെ കാണാനെത്തുന്നത്. പല രാജ്യങ്ങളിൽ, പല നഗരങ്ങളിൽ മാറി മാറി ജീവിക്കുമ്പോഴും അരുന്ധതി എഴുത്തുകാരന്റെ സാന്നിധ്യമറിയുന്നു. ഓർമയും മറവിയും തമ്മിലുള്ള സംഘർഷം സൃഷ്ടിക്കുന്ന ആത്മവ്യഥകൾ അയാളെ അസാധാരണമായ മനോനിലകളിലൂടെ കടത്തിവിടുന്നു. അകാല്പനികമായ തന്റെ ജീവിതചോദനകളിൽ നിന്നു മോചനം തേടി അയാൾ തന്റെ പലായനം തുടരുകതന്നെ ചെയ്യുന്നു.

അസാധാരണമായ ഒരു നാട്ടിൻപുറകഥയാണ് 'കാളവണ്ടിക്കാരൻ ചെക്കു'. ഗ്രാമത്തിന്റെ മിത്തിക്കൽ ജന്മമായ ചെക്കുവിന്റെ നിശ്ശബ്ദമായ പക കിടിലംകൊള്ളിക്കുന്ന രൗദ്രതയിലേക്കു പരിണമിച്ചെത്തുന്ന കഥാന്ത്യം മലയാളഭാവനയിൽ തന്നെ വിരളമായ ഒന്നാണ്. പൂച്ചയെപ്പോലെ പതുങ്ങിയിരുന്ന കണാരൻ സകലരും പേടിക്കുന്ന ചെക്കുവിന്റെ പൗരുഷത്തെപ്പോലും വെല്ലുവിളിക്കുന്നതോടെ, മനുഷ്യചേതനയെ മരവിപ്പിക്കുംവിധം അയാൾ കണാരനോടു പകവീട്ടുന്നു. എൻ.എസ്.മാധവന്റെ ശൈലി കടംകൊണ്ടു പറഞ്ഞാൽ, യാതൊരു ഗൃഹാതുരത്വവും കൂടാതെ. കഥയുടെ മാന്ത്രിക പരിസമാപ്തിയിലേക്ക് ഹിംസയുടെ ചോരപുരണ്ട അമ്പു പോലെ മൂളിപ്പായുന്ന, സിനിമാറ്റിക് ഇഫക്ടുള്ള രചന.

എരച്ചൻ എന്ന വേട്ടക്കാരനും കൊട്ടൂരൻ എന്ന തേൻകാരനും ഒരു കാടിന്റെ ജീവിതങ്ങളെയും തങ്ങളുടെതന്നെ ജീവിതത്തെയും കാണുന്ന രീതികളുടെ വന്യമായ വൈരുദ്ധ്യങ്ങളാണ് 'വേട്ടക്കാർ സൂക്ഷിക്കുക' എന്ന കഥയെ ശ്രദ്ധേയമാക്കുന്നത്. വേട്ടയുടെ രതിയിൽ സ്വന്തം പെണ്ണിനെപ്പോലും മറന്ന എരച്ചന്റെ കണ്ണില്ലാത്ത മൃഗയയോട് കൊട്ടൂരൻ പകരം വീട്ടുന്നത് അവന്റെ പെണ്ണിനെ പ്രാപിച്ചുകൊണ്ടാണ്. എരച്ചന്റെ ഉന്നംതെറ്റാത്ത അമ്പുകൾ പോലെ കൊട്ടൂരന്റെ പക മാമ്പിയുടെ പ്രണയവും പ്രാണനും കവരുന്നു. പുരുഷവീര്യത്തിന്റെ ഇരുതല മൂർച്ചയുള്ള പരക്കംപാച്ചിലിൽ രതിയുടെയും ഹിംസയുടെയും ഇണചേരൽ നടക്കുന്ന കഥ.

ബാല്യത്തിന്റെ നിഷ്ക്കളങ്കതകളിൽ നിന്ന് കൗമാരത്തിന്റെ ആശങ്കകളിലേക്കും അവിടെ നിന്ന് യൗവനത്തിന്റെ ഭയാനകതകളിലേക്കും എടുത്തെറിയപ്പെടുന്ന പെണ്ണിന്റെ ജീവിതങ്ങളാണ് 'ഭാവി' എന്ന കഥയിലുള്ളത്. ശ്രീദേവിക്ക്, പെണ്ണെന്ന നിലയിലുള്ള തന്റെ ഭാവിയെക്കുറിച്ച് കത്തുന്ന മുന്നറിയിപ്പുനൽകിക്കൊണ്ട് കൂട്ടുകാരി പിങ്കിയുടെ വീട്ടിൽ നന്ദിനിയെന്ന നവവധുവിന്റെ ഹത്യ അരങ്ങേറുന്നു. പെണ്ണിനെക്കുറിച്ചുള്ള സംഭീതമായ നിരവധി ഇന്ത്യൻ യാഥാർഥ്യങ്ങളിലൊന്നാണ് ഭർതൃഗൃഹത്തിലെ വേട്ടയാടൽ. നന്ദിനി ശ്രീദേവിക്കു നൽകുന്ന പാഠവും മറ്റൊന്നല്ല. തനിക്കൊരിക്കലും വലുതാകേണ്ട എന്ന് ഏതുപെൺകുട്ടിയും നിലവിളിച്ചുപോകുന്ന ഇന്ത്യൻ കുടുംബവ്യവസ്ഥയുടെ ക്രൂരതകളിലേക്കു തുറക്കുന്ന വാതിലാണ് 'ഭാവി' എന്ന കഥ.

ഭാര്യയുടെ പ്രസവം കാത്തിരിക്കുന്ന രാമചന്ദ്രനു മുന്നിൽ ദൈവം പ്രത്യക്ഷപ്പെട്ട് അയാൾക്കു ജനിക്കാൻ പോകുന്ന മകനെക്കുറിച്ചു നടത്തുന്ന പ്രവചനങ്ങളും അവ അയാളിൽ സൃഷ്ടിക്കുന്ന ബീഭത്സമായ ഭാവപരിണാമങ്ങളുമാണ് 'തെമ്മാടിയായ കുട്ടി' എന്ന കഥയിലുള്ളത്. സതീന്ദ്രൻ എന്ന മകൻ നാലാം വയസ്സിൽ രാമചന്ദ്രന്റെ കരണത്തടിക്കും, അഞ്ചാംക്ലാസ്സിൽ പഠിക്കുമ്പോൾ സരസ്വതി ടീച്ചറുടെ മുലയ്ക്കുപിടിക്കും, വളരുമ്പോൾ മദ്യപനും ബലാൽക്കാരിയും വിപ്ലവകാരിയുമാകും, ദുർനടപ്പുകാരിയായ ഒരുവളെ വിവാഹം ചെയ്യും എന്നിങ്ങനെ ദൈവം പ്രവചിച്ചു. മകനെ കൊല്ലാൻ അയാളുടെ കൈതരിച്ചു. പക്ഷെ അയാളതുചെയ്തില്ല. ഭാവിജീവിതവും പിതൃത്വവും നേരിടേണ്ടിവരുന്ന ദുരവസ്ഥകളോർത്ത് അസ്വസ്ഥമാകുന്ന ഏതു പുരുഷമനസ്സിന്റെയും പെരുന്തച്ചൻ കോംപ്ലക്സാണ് ഈ കഥ.

മാജിക്കൽ റിയലിസത്തിന്റെ സ്പർശമുള്ള കഥകൾ മലയാളത്തിൽ പലരുമെഴുതിയിട്ടുണ്ട്. വിജയനും കുഞ്ഞബ്ദുള്ളയും സേതുവും രചിച്ച ഇത്തരം കഥകളുടെ കൂട്ടത്തിൽ ക്ലാസിക്കായി മാറിയ

രചനയാണ് 'പപ്പു കുരുടനായ കഥ'. നാട്ടിലെ പെണ്ണുങ്ങൾക്കൊക്കെ പിറക്കുന്ന കുഞ്ഞുങ്ങൾക്കു പപ്പുവിന്റെ മുഖഛായ. ഇന്നുവരെ പെണ്ണിനെ തൊട്ടറിയാത്ത പപ്പുവിനെ നാട്ടുകാർ ഭയക്കുന്നു, വെറുക്കുന്നു. ഒടുവിൽ അവന്റെ വിധവയായ അമ്മയ്ക്കുതന്നെയും ഗർഭമുണ്ടാകുകയും പപ്പുവിന്റെ ഛായയുള്ള കുട്ടി പിറക്കുകയും ചെയ്യുന്നു. പപ്പു പെണ്ണുങ്ങളെ നോക്കിയാൽ അവർക്കു ഗർഭമുണ്ടാകുമെന്ന് മാന്ത്രികൻ കേളുനായർ പറഞ്ഞതിന്റെ പിറ്റേന്ന് പപ്പു തന്റെ കണ്ണുകൾ കുത്തിപ്പൊട്ടിച്ചു. കേവല നർമത്തിനും ഹാസ്യത്തിനുമപ്പുറം മിത്തുകളുടെ വിസ്മയ പാരമ്പര്യത്തിൽ രചിക്കപ്പെട്ട കഥ.

ഹരിദ്വാർ, മയ്യഴി പോലെ തന്നെ മുകുന്ദന്റെ പ്രിയപ്പെട്ട ഭാവനാഭൂപടങ്ങളിലൊന്നാണ്. ആത്മീയതയും ഭൗതികതയും അവയുടെ വിപരീതങ്ങളിൽ തന്നെ ഇഴപിരിയുന്ന കഥാ ഭൂമിക. ആധുനികതയുടെ ഉച്ചഭാവുകത്വത്തിന്റെ ഭാഗമായി മലയാളിയെ വിസ്മയിപ്പിച്ച വേശ്യകളേ നിങ്ങൾക്കൊരമ്പലം, മനുഷ്യജീവിതത്തിന്റെ രാസസൂത്രങ്ങളെ ശമാവസ്ഥയിൽ കൊണ്ടുചെന്നെത്തിക്കുന്ന ഭാവനയാണ്. വീട്ടിലും പുറത്തും വേശ്യകൾക്കൊപ്പം ജീവിക്കുന്ന കഥാപാത്രം. ശരീരത്തിന്റെ കാമനകൾക്ക് ആത്മാവിന്റെ വിരക്തികളെക്കാൾ മൂല്യമുണ്ടെന്നു തെളിയിക്കുന്ന രചന. ആത്മീയതയെയും കാമാതുരയെയും ജീവിതത്തിന്റെ ഇരുകരകളിൽ മാത്രം കാണാൻ വാശിപിടിക്കുന്ന സദാചാരവാദികളുടെ തലമരവിപ്പിക്കുന്ന ആഖ്യാനത്തിന്റെയും ഭാഷയുടെയും അവിശുദ്ധമിശ്രിതം. മാംസത്തിന്റെ ഹിംസാത്മകതയും ആത്മാവിന്റെ സർഗാത്മകതയും ഇഴപിരിയുന്ന ജീവിതോദാന്തം.

മനുഷ്യജീവിതം, അതിന്റെ നാനാതരം രസാനുഭൂതികളിൽ ആവിഷ്കൃതമാകുന്നു ഈ കഥകളിൽ. കഥയുടെ കലയും ആഖ്യാനവും ജീവിതത്തിന്റെതന്നെ അനുഭൂതികളിൽ നിന്നു രൂപംകൊള്ളുന്നതിന്റെ മാതൃകകൾ. പ്രണയവും വിരഹവും രതിയും വിരതിയും സൃഷ്ടിയും സംഹാരവും സ്ഥിതിയും ഹത്യയും പകയും കരുണയും ഭയവും വാത്സല്യവും ചിരിയും കരച്ചിലും ആസക്തിയും ശമവും ഇഴപിരിഞ്ഞുണ്ടാകുന്ന മനുഷ്യജീവിതത്തിന്റെ രസസൂത്രങ്ങളായി ഇവ പരിണമിക്കുകയും ചെയ്യുന്നു.

ഹൃദയവതിയായ ഒരു പെൺകുട്ടി

ആ പെൺകുട്ടിക്കു ഒരു വലിയ അബദ്ധംപറ്റി.

അവൾ രൂപവതിയാണ്. സഹൃദയയും. ധാരാളം വായിക്കും. ഇനിയും കോളേജിൽ എത്തിയിട്ടില്ലെങ്കിലും ഷെയ്ക്സ്പിയറേയും മിൽട്ടനേയുമെല്ലാം അവൾക്കറിയാം. മഷിയെഴുതി കറുപ്പിച്ചകണ്ണുകളും ധാരാളം തലമുടിയുമുള്ള ആപെൺകുട്ടിയെ ആദ്യനോട്ടത്തിൽത്തന്നെ നിങ്ങൾക്കിഷ്ടമാവും.

പെൺകുട്ടി അല്പം വികാരജീവികൂടിയാണ്. ചിലപ്പോൾ യുക്തിക്കു നിരക്കാത്ത ചില വിഡ്ഢിത്തങ്ങൾ കാണിക്കും. ഒരു ദിവസം കീറി നൂലാമാലപോലെയുള്ള ബ്ലൗസിട്ട ഒരു ഭിക്ഷക്കാരി പെൺകുട്ടിയുടെ വീട്ടിൽ വന്നു. അപ്പോൾ വീട്ടിൽ മറ്റാരുമുണ്ടായിരുന്നില്ല. പെൺകുട്ടി ഭിക്ഷക്കാരിക്കു രണ്ടു നയാപൈസകൊടുത്തു. എങ്കിലും അവൾ സ്ഥലം വിട്ടില്ല. അവൾ തന്റെ കീറി നൂലാമാലപോലെയായ ബ്ലൗസ് തൊട്ടുകാണിച്ചു പറഞ്ഞു.

“ദൈവം തമ്പുരാൻ മോളെ അനുഗ്രഹിക്കും, നിയ്ക്ക് ഒരു ബ്ലൗസ് താ.”

“ബ്ലൗസില്ലല്ലോ.” പെൺകുട്ടി പറഞ്ഞു.

“പഴയത് മതി. അകത്ത് ചെന്ന് നോക്ക്. മോളുടെ മുഖം ഭാഗ്യമുള്ളതാ.”

“പഴയ ബ്ലൗസ് ഒന്നൂല്യ.”

പെൺകുട്ടി പിന്നേയും പറഞ്ഞു.

“ഉണ്ടാകും പെട്ടിതുറന്നു നോക്ക്. നിയ്ക്ക് നാണമാകുന്നു മോളെ. എങ്ങിനേണ്ട് ന്റെ ഈ ബ്ലൗസ്.”

അവൾ ഓർമ്മിച്ചുനോക്കി. പക്ഷേ പഴയ ഒരു ബ്ലൗസുപോലും ഇല്ലായിരുന്നു. ഉണ്ടായിരുന്നതെല്ലാം മുമ്പുതന്നെ പലർക്കുമായികൊടുത്തു കഴിഞ്ഞിരുന്നു.

“വീതികുറഞ്ഞ നെറ്റി ഭാഗ്യമാ. മോൾക്ക് പതിനേഴു വയസ്സിൽ കല്യാണമുണ്ടാകും. നിക്ക് ഒരു ബ്ലൗസ് താ.”

അവൾ അകത്തുപോയി പെട്ടിതുറന്ന് ഒന്നുകൂടി പരിശോധിച്ചു. ഭിക്ഷക്കാരി ചെറുപ്പമാണ്. എങ്ങനെയാണ് കീറി നൂലാമാലപോലെയുള്ള

ബ്ലൗസുമിട്ടുകൊണ്ട് നടക്കുക?

പെൺകുട്ടി പെട്ടി പരിശോധിച്ചുവെങ്കിലും ഭിക്ഷക്കാരിക്കു കൊടുക്കുവാൻ പറ്റിയ ഒരു ബ്ലൗസും കണ്ടില്ല. അപ്പോൾ അവൾക്ക് ഒരു പച്ച ബ്ലൗസിന്റെ കാര്യം ഓർമ്മ വന്നു.

ജ്യേഷ്ഠത്തിക്ക് ഒരു പുതിയ പച്ച ബ്ലൗസുണ്ടായിരുന്നു. വലുപ്പം പോരാത്തതതുകൊണ്ട് ജ്യേഷ്ഠത്തി അതു ധരിക്കാറില്ല. പെൺകുട്ടിക്കും അതു പാകമല്ല.അവൾ വളരെ മെലിഞ്ഞിട്ടാണല്ലോ.

ആരും ഉപയോഗിക്കാതെ വെറുതെകിടക്കുന്ന ആ പച്ച ബ്ലൗസ് ഭിക്ഷക്കാരിക്കുകൊടുക്കാമെന്നു പെൺകുട്ടി കരുതി. അവൾക്കുവലിയ സന്തോഷമായിരിക്കും.

ബ്ലൗസ് കിട്ടിയപ്പോൾ ഭിക്ഷക്കാരിക്കുണ്ടായ സന്തോഷം അവർണ്ണനീയമായിരുന്നു.

“പൊന്നുമോൾ!! മോൾക്കു നല്ലതുവരും. പരോപകാരം ചെയ്യണം. എങ്കിലേ ഗുണം വരികയുള്ളൂ.”

ഭിക്ഷക്കാരി പോയി. നിരത്തിൽവെച്ച് അവൾ ഭാണ്ഡം തുറന്നു. ബ്ലൗസ് അതിൽ സൂക്ഷിച്ചു. ഭാണ്ഡത്തിൽ വേറെയും രണ്ടുമൂന്നു ബ്ലൗസുകൾ ഉണ്ടായിരുന്നു-കീറാത്തതുതന്നെ.

പച്ച ബ്ലൗസ് ഭിക്ഷക്കാരിക്കുകൊടുത്തു എന്നറിഞ്ഞപ്പോൾ ജ്യേഷ്ഠത്തി കലിതുള്ളി. അവൾ പെൺകുട്ടിയോടു പറഞ്ഞു:

“എന്താ നിനക്ക് ഭ്രാന്തു പിടിച്ചോ?”

ജ്യേഷ്ഠത്തി മാത്രമല്ല, അച്ഛനും അമ്മയും ഏട്ടനും എല്ലാവരും അവളെ ശകാരിച്ചു. പാവം പെൺകുട്ടി!

പെൺകുട്ടിയുടെ ഒരു നഖചിത്രം മാത്രമാണിത്. നഗരത്തിന്റെ നടുവിലുള്ള ഒരു പുതിയ വീട്ടിലേക്കു പെൺകുട്ടി താമസം മാറിയത് ഈയിടെയാണ്. ഇതുവരേയും അവൾ താമസിച്ചത് നട്ടുച്ചയ്ക്കുപോലും വെളിച്ചം കടന്നുവരാത്ത ഒരു പഴയ മാളികവീട്ടിലായിരുന്നു. വീടിന്റെ മച്ചിലും തൂണുകളിലും എല്ലാം നിറയെ കൊത്തുപണികളാണ്. അപ്സരസ്സുകളും ദേവൻമാരും ഒക്കെ. പക്ഷെ കാറ്റും വെളിച്ചവും ഇല്ലാത്ത ചെറിയ ചെറിയ അറകളുള്ള ആ വലിയ വീട് അവൾക്ക് ഇഷ്ടപ്പെട്ടിരുന്നില്ല. ഒരു ദിവസം അവൾ മുത്തശ്ശിയോടു പറഞ്ഞു:

“നമ്മുടെ വീട് ഒരു ആർക്കിയോളജിക്കൽ മ്യൂസിയം പോലെയുണ്ട്....”

ആർക്കിയോളജിക്കൽ മ്യൂസിയം എന്നുപറഞ്ഞാൽ അതെന്താണെന്നു മുത്തശ്ശിക്കറിയാമോ?

നഗരത്തിന്റെ നടുവിലുള്ള വീട്ടിലേക്കു താമസം മാറുകയാണെന്ന് അറിഞ്ഞപ്പോൾ പെൺകുട്ടിക്ക് വലിയ സന്തോഷമായിരുന്നു. അതിനു ചില കാരണങ്ങൾ ഉണ്ട്.

പഴയ വീട്ടിൽനിന്നു സ്കൂളിലേക്കു വളരെ ദൂരമുണ്ട്. പത്തുമണിക്കു

മാത്രം സ്കൂളിൽ ഹാജരായാൽ മതി. പക്ഷെ കൃത്യസമയത്ത് ക്ലാസിൽ ഹാജരാകണമെങ്കിൽ എട്ടരമണിക്കുതന്നെ വീട്ടിൽനിന്ന് ഇറങ്ങണം. ബസ്സ്റ്റോപ്പിൽ കാത്തുനിൽക്കണം. ഉന്തും തള്ളും സഹിക്കണം. അവസാനം സ്കൂളിൽ എത്തുമ്പോഴേക്കും ക്ഷീണിച്ചുപോകും. പുതിയ വീട്ടിൽനിന്നാണെങ്കിൽ സ്കൂൾ വളരെ അടുത്താണ്. ടെറസ്സിന്മേൽ നിന്നു നോക്കിയാൽ സ്കൂൾ കെട്ടിടത്തിന്റെ മോന്തായം കാണാം.

അവളുടെ സന്തോഷത്തിന്റെ മറ്റൊരു കാരണം അടുത്തുതന്നെ സിനിമാ തീയേറ്റർ ഉണ്ടെന്നുള്ളതാണ്. എല്ലാ പെൺകുട്ടികളേയുംപോലെ സിനിമ അവൾക്കും ഒരു ഭ്രമമാണ്.

നഗരത്തിന്റെ നടുവിലുള്ള വീട് വളരെ ചെറുതാണ്. പരിമിതമായ സൗകര്യങ്ങൾമാത്രം. എന്നാൽ മുറികളിൽ ധാരാളം വെളിച്ചവും കാറ്റും കിട്ടും. എല്ലാറ്റിലുമുപരി വീടിനു ടെറസ്സുണ്ട്. അതിന്മേൽ കയറിനിന്നാൽ സുന്ദരമായ കാഴ്ചകൾ കാണാം. അകലെ ഇളകുന്ന കടൽ, സെയിന്റ് തെരേസാ പള്ളിയുടെ ഗോപുരം, നീലപ്പുകപോലെയുള്ള പശ്ചിമഘട്ടനിരകൾ. സഹൃദയയായ ആ പെൺകുട്ടിക്ക് അതൊക്കെ വളരെ ഇഷ്ടമായി.

പുതിയ വീട്ടിലേക്ക് താമസം മാറ്റിയ ആദ്യ ദിവസങ്ങളിൽ അവളുടെ പ്രധാന ജോലി വീടിനു മോടികൂട്ടുകയായിരുന്നു. ജാലകങ്ങൾക്ക് അവൾ തിരശ്ശീലകൾ പിടിപ്പിച്ചു. ചുമരുകളിൽ പടംതൂക്കി. എന്നാൽ അവൾക്ക് ഒരു പന്തികേടു തോന്നി. മുറ്റം ശൂന്യമായിക്കിടക്കുന്നു. നാലുമണിപ്പൂക്കളുടെ രണ്ടുമൂന്നു ശുഷ്കിച്ച ചെടികൾ അല്ലാതെ അവിടെ മറ്റൊന്നും ഇല്ല. എവിടെ നിന്നെങ്കിലും കുറേ വിത്തുകളും ചെടികളും സമ്പാദിക്കണമെന്നു പെൺകുട്ടി കരുതി.

അവളുടെ വീടിനരികിൽ രണ്ടു വീടുകൾ ഉണ്ട്. ഒന്നു വളരെ വലിയ വീടാണ്. രണ്ടാമത്തേത് ഇടത്തരവും.

പെൺകുട്ടിക്ക് ജാലകത്തിനരികിൽ ചെന്നുനിന്നാൽ ഇടത്തരം വീട്ടിൽ നടക്കുന്നതെല്ലാം കാണാൻ കഴിയും. അതുകൊണ്ട് ആ വീട്ടിൽ ആരൊക്കെയാണുള്ളതെന്ന് എളുപ്പത്തിൽ അവൾക്കു മനസ്സിലാക്കുവാൻ കഴിഞ്ഞു. അവളുടെ ശ്രദ്ധയാകർഷിച്ചതു മൂന്നു പേരാണ്.

ഒന്ന്- അധരങ്ങളിൽ റോസ് നിറത്തിലുള്ള ലിപ്സ്റ്റിക്ക് പുരട്ടിയ എണ്ണമയമില്ലാത്ത തലമുടി ഉയർത്തിക്കെട്ടിയ ഒരു ചെറുപ്പക്കാരി.

രണ്ടാമത്തേത്- ആ ചെറുപ്പക്കാരിയുടെ ഭർത്താവാണ്. പറ്റെവെട്ടിയ തലമുടിയും കനത്തമീശയും ഉള്ള ഒരാൾ. കരയുന്ന ചെരുപ്പും, ഡെബിൾമുണ്ടും ധരിച്ച് അയാൾ രാവിലെ ആപ്പീസിൽ പോകുമ്പോൾ അവൾ മുറ്റത്ത് നില്ക്കുന്നുണ്ടായിരുന്നു. പെൺകുട്ടിയെ കണ്ടപ്പോൾ അയാൾ ചിരിക്കുവാൻ ശ്രമിക്കുകയുണ്ടായി.

മൂന്നാമത്തേത്- ആ വീട്ടിലെ വേലക്കാരൻ എന്ന് കുട്ടി വിശ്വസിക്കുന്ന

ഒരു ചെറുപ്പക്കാരനാണ്. ചുമൽ കീറിയ ഒരു ബനിയനും വൃത്തികെട്ട ഒരു ലുങ്കിയുമാണ് അയാൾ ഇട്ടിരിക്കുന്നത്. ഈ വേലക്കാരനാണ് അവളെ കൂടുതൽ ആകർഷിച്ചത്. അയാളുടെ മുഖംകണ്ടാൽ ഒരു വേല ക്കാരനാണെന്ന് തോന്നുകയില്ല. കുറ്റിരോമങ്ങൾ വളർന്ന, ശാന്തവും വിഷാദാത്മകവുമായ കണ്ണുകൾ ഉള്ള അയാളുടെ മുഖത്തിന് ഒരു പുണ്യ വാളന്റെ മുഖത്തോടാണ് കൂടുതൽ സാദൃശ്യം.

രാവിലെ അവൾ ജാലകത്തിലൂടെ നോക്കിയപ്പോൾ ചെറുപ്പക്കാരി യുടെ ഭർത്താവ് കാൻവാസ് കസാലയിൽ ചാഞ്ഞുകിടന്നു പത്രം വായി ക്കുന്നതാണ് കണ്ടത്. പെട്ടെന്നാണ് ഗെയിറ്റിന്മേൽ ചാരിനിന്നു ബീഡി വലിക്കുന്ന വേലക്കാരന്റെമേൽ അവളുടെ കണ്ണുകൾ പതിഞ്ഞത്. ബീഡിക്കുറ്റി നിലത്തെറിഞ്ഞിട്ട് അയാൾ കിണറ്റിനരികിലേക്കു നടന്നു. കിണറ്റിൽനിന്നു വെള്ളംകോരി ബക്കറ്റുകളിൽ നിറച്ചു. എന്നിട്ടു ആ വെള്ളമെല്ലാം ചുമന്നുകൊണ്ട്വന്ന് ചെടികൾക്ക് ഒഴിക്കുവാൻ തുടങ്ങി. വീട്ടുമുറ്റത്ത് ധാരാളം ചെടികളും പൂക്കളുമുണ്ട്. അയാൾ ചെടികൾക്കു വെള്ളം ഒഴിക്കുന്നതും, തടമുണ്ടാക്കുന്നതും, ഒരീർക്കിൽകൊണ്ട് ഇല കളിൽനിന്നു കീടങ്ങളെ നീക്കം ചെയ്യുന്നതും എല്ലാം പെൺകുട്ടി നോക്കി നിന്നു. (കൂട്ടത്തിൽ പറയട്ടെ: പെൺകുട്ടികൾക്ക് അസാധാരണമായ ഒരു കഴിവുണ്ട്. ഒരു പെൺകുട്ടി നിങ്ങൾക്കെതിരെ നടന്നു വരുന്നു എന്നു വിചാരിക്കുക. നിലത്തുനോക്കിക്കൊണ്ടായിരിക്കും അവൾ നടക്കുക, നിങ്ങൾ വിചാരിക്കും സ്വന്തം കാൽവിരലുകൾ അല്ലാതെ മറ്റൊന്നും അവൾ കാണുന്നില്ലെന്ന്. എന്നാൽ സത്യം മറിച്ചാണ്. ഒരു നിമിഷത്തി നുള്ളിൽ സ്വന്തം കാൽവിരലുകളിൽ നോക്കിക്കൊണ്ടുതന്നെ അവൾ നിങ്ങളെ ആകെ പഠിച്ചുകഴിഞ്ഞിരിക്കും. നിങ്ങളുടെ ഷർട്ടിൽ എവിടെ യെങ്കിലും ഒരു കീറൽ ഉണ്ടെങ്കിൽ അതുപോലും അവളുടെ കണ്ണിൽപെ ട്ടിട്ടുണ്ടാകും!!!)

പെട്ടെന്ന് പെൺകുട്ടിക്ക് ഒരാശയം തോന്നി. അയൽപക്കത്ത് ധാരാളം ചെടികളും പുഷ്പങ്ങളും എല്ലാം ഉണ്ടല്ലോ. അവിടെചെന്നു കുറച്ച് വിത്തുകൾ ചോദിച്ചാലെന്താണ്? ചെറുപ്പക്കാരി വരാന്തയിൽതന്നെയു ണ്ട്.

അവൾ മുത്തശ്ശിയോട് പറഞ്ഞു:

"മുത്തശ്ശി അടുത്ത വീട്ടിൽപോയി കുറച്ചു വിത്തുകൾ വാങ്ങി ക്കൊണ്ടു വരാമോ?"

"എന്തു വിത്താ?"

"എന്തെങ്കിലും. നമ്മുടെ മുറ്റം നോക്കിയാട്ടെ. മരുഭൂമിപോലെയുണ്ട്."

മുത്തശ്ശി പറഞ്ഞു.

"നിക്ക് വയ്യ നീയ് പോയി ചോദിക്ക്."

"ഞാനെങ്ങന്യാ പോകാ?"

പക്ഷെ മുത്തശ്ശി അയൽപക്കത്തു പോകുവാൻ കൂട്ടാക്കിയില്ല.

കുറച്ചുനേരം ആലോചിച്ചിട്ട് പെൺകുട്ടി പറഞ്ഞു:

"നമുക്ക് രണ്ടുപേർക്കും പോകാം. ഞാൻ പുറത്ത് ഗേറ്റിനടുത്ത് നിൽക്കാം. മുത്തശ്ശി അകത്തുപോയി വിത്തു ചോദിക്കണം."

മുത്തശ്ശി അവളെ നോക്കി പുഞ്ചിരിച്ചു. "കല്യാണം കഴിക്കുവാനുള്ള പ്രായമായെങ്കിലും ഇപ്പോഴും ഒരു കുട്ടിയെപ്പോലെയാണ്."

അവർ രണ്ടുപേരുംകൂടി അയൽപക്കത്തേക്കു പുറപ്പെട്ടു. പെൺകുട്ടി ഗെയ്റ്റിനു പുറത്തു നിന്നു. മുത്തശ്ശി അകത്തേക്ക് കയറി. കീറിയ ബനിയനും വൃത്തികെട്ട ലുങ്കിയും ധരിച്ച ചെറുപ്പക്കാരൻ മുത്തശ്ശിക്ക് കസാല നീക്കിയിട്ടുകൊടുത്തു. മുത്തശ്ശി അതിൽ ഇരുന്നു തൊണ്ണുകാട്ടി ചിരിച്ചു.

പെട്ടെന്നാണ് വേലക്കാരന്റെ കണ്ണുകൾ പെൺകുട്ടിയുടെമേൽ പതിഞ്ഞത്.അവൾ ഗെയ്റ്റിനു പിറകിൽ മറഞ്ഞുനിൽക്കുകയായിരുന്നു. അയാൾ അവളുടെ അടുത്തേക്ക് നടന്നുവന്നു. എന്നിട്ട് പുണ്യവാളന്റേതുപോലെ ശാന്തമായ കണ്ണുകൾകൊണ്ട് അവളെ ഒന്ന് നോക്കിയിട്ട് ഒന്നു ചോദിച്ചു:

"എന്താണ് കുട്ടി പുറത്തുനിൽക്കുന്നത്?"

കുട്ടി!!

അവൾ ഒന്നും മിണ്ടിയില്ല.

"അകത്തേക്ക് കയറി ഇരിക്കൂ."

വേലക്കാരൻ പിന്നേയും പറഞ്ഞു.

ചെറുപ്പക്കാരിയും പുറത്തേക്ക് ഇറങ്ങിവന്നു. അവൾ പെൺകുട്ടിയുടെ കൈക്കുപിടിച്ച് അകത്തേക്കു കൊണ്ടുപോയി.

"ഏതു പൂവിന്റെ വിത്താണ് വേണ്ടത്?"

ചെറുപ്പക്കാരി ചോദിച്ചു.

മുത്തശ്ശി പറഞ്ഞു:

"ചെട്ടിപ്പൂവിന്റേത്. അവൾക്ക് ചെട്ടിപ്പൂവ് വെല്യ ഇഷ്ടമാ."

"പേരെന്താണ്?"

ചെറുപ്പക്കാരി ചോദിച്ചു.

മുത്തശ്ശി പറഞ്ഞു:

"പ്രേമാന്ന്."

"പ്രേമ ഏതു ക്ലാസ്സിലാണ് പഠിക്കുന്നത്?"

മുത്തശ്ശി പറഞ്ഞു:

"ഒമ്പതാം ക്ലാസിലാണ്. അടുത്തകൊല്ലം അവൾക്ക് ചേല ഉടുക്കണത്രെ."

"സാരി ഉടുക്കാൻ ഒന്നും ആയിട്ടില്ല."

ചെറുപ്പക്കാരി അഭിപ്രായപ്പെട്ടു. എന്നിട്ട് അവർ അടുത്തു നിൽക്കുന്ന വേലക്കാരനോട് പറഞ്ഞു:

"എടാ പ്രേമയ്ക്ക് കുറേ വിത്തുകൊടുക്ക്."

"കുട്ടിക്ക് സൺഫ്ളവറിന്റെ ചെടികൾ വേണോ?"

"നിനക്ക് ഇഷ്ടമുള്ളതെല്ലാം കൊടുക്ക്...." ചെറുപ്പക്കാരി പറഞ്ഞു.

വിനീതനായ വേലക്കാരൻ മുറ്റത്തിറങ്ങി മൂത്ത ചെട്ടിപ്പൂക്കൾ ശേഖരിക്കാൻ തുടങ്ങി.

ചെട്ടിപ്പൂക്കളുടെ വിത്തുകൾക്കു പുറമേ കുറേ സൂര്യകാന്തിപ്പൂവിന്റെ ചെടികളും പെൺകുട്ടിക്കു കിട്ടി. അവൾക്കു വലിയ സന്തോഷം തോന്നി. ചെറുപ്പക്കാരിയും വേലക്കാരനും ഗെയ്റ്റുവരെ പെൺകുട്ടിയേയും മുത്തശ്ശിയേയും അനുഗമിച്ചു.

"നല്ല ആളുകളാന്ന് തോന്നുന്നു."

പെൺകുട്ടി അയൽപക്കക്കാരെ കുറിച്ച് അഭിപ്രായപ്പെട്ടു.

അവൾ ഉടനെ ജോലിതുടങ്ങി. നാലുമണിപ്പൂക്കളുടെ ഉണങ്ങിയചെടികൾ പിഴുതുകളയണോ എന്ന് ഒരു നിമിഷം സംശയിച്ചു. പിന്നീട് വേണ്ടെന്ന് വെച്ചു.

വിത്തുകൾ മുഴുവനും കുഴിച്ചിട്ടു. ചെടികൾ നട്ടു. ഏതാനും ദിവസങ്ങൾകൊണ്ട് വിത്തുകൾ മുളയ്ക്കും, ചെടികൾ വളരുവാൻ തുടങ്ങുകയും.

സൂര്യകാന്തിച്ചെടിക്ക് തടം ഉണ്ടാക്കുന്നതിനിടയിൽ അവൾ മുത്തശ്ശിയോടു പറഞ്ഞു.

"മുത്തശ്ശി അയൽപക്കത്തെ വേലക്കാരനെ ശ്രദ്ധിച്ചോ?"

"എന്താ അവന് തലയിൽകൊമ്പുണ്ടോ?"

പെൺകുട്ടി പറഞ്ഞു:

"കണ്ടാൽ ഒരു വേലക്കാരനാണെന്ന് തോന്നില്ല."

"ഞാൻ ശ്രദ്ധിച്ചില്യ."

"നമ്മുടെ വേലക്കാരനും ആ വേലക്കാരനും തമ്മിൽ എന്തൊരു വ്യത്യാസമാണ്."

പെൺകുട്ടിയുടെ വീട്ടിലെ വേലക്കാരൻ ഒരു ചെറിയ രാക്ഷസനാണ്. അവന്റെ പ്രധാന ജോലി "തീറ്റയും ഉറക്കവുമാണ്."

അപ്പോൾ അയൽപക്കത്തെ വേലക്കാരൻ ഒരു വലിയ സഞ്ചിയും തൂക്കിപ്പിടിച്ചുകൊണ്ട് അതിലേ വന്നു.അതു കണ്ടപ്പോൾ പെൺകുട്ടി ധൃതിയോടെ പറഞ്ഞു:

"നോക്ക്യാട്ടെ മുത്തശ്ശി നോക്ക്യട്ടെ!!"

മുത്തശ്ശി കണ്ണിനുമുകളിൽ കൈവെച്ചുകൊണ്ട് മറപിടിച്ച് നോക്കി.

"നേരാ നീ പറഞ്ഞത് കണ്ടാൽ വേലക്കാരനാണെന്ന് തോന്നൂല്യ."

പെൺകുട്ടി പറഞ്ഞു:

"കഷ്ടം ചെറ്യേട്ടന്റെ പ്രായമാ, കോളേജിലൊക്കെ പഠിക്കേണ്ടതാ."

"അതിനു തലയിലെ വര നന്നാകേണ്ടെ? ഓരോരുത്തർക്കും ഓരോ വിധിയുണ്ട്. അതുപോലെയേ സംഭവിക്കൂ."

പെൺകുട്ടി നിശ്വസിച്ചു.

കുറച്ചുകഴിഞ്ഞപ്പോൾ അയാൾ തിരിച്ചുവന്നു. അയാളുടെ കയ്യിലെ സഞ്ചിയിൽ നിറയെ എന്തൊക്കെയോ സാധനങ്ങൾ ഉണ്ടായിരുന്നു. ഓല കൊണ്ടുണ്ടാക്കിയ ഒരു ചെറിയ കുട്ടയിൽ മത്സ്യവും.

പെൺകുട്ടിയുടെ വീടിനു മുമ്പിൽ എത്തിയപ്പോൾ അയാൾ വായിലുണ്ടായിരുന്ന ബീഡിത്തുണ്ട് നിലത്തെറിഞ്ഞു.

എന്നിട്ട് പുണ്യവാളന്റേതുപോലുള്ള കണ്ണുകൾ ഉയർത്തി അവളെ നോക്കി.

"സന്യാസിയുടേതുപോലുണ്ട് കണ്ണ്."

പെൺകുട്ടി സ്വയം പറഞ്ഞുപോയി,

"എന്താ നീ പറഞ്ഞത്?"

അതു കേട്ടു മുത്തശ്ശി ചോദിച്ചു.

"ഒന്ന്യൂല്യ."

"പെങ്കുട്ട്യോൾക്ക് അടക്കവും ഒതുക്കവും വേണം. വായിൽതോന്നിയതെല്ലാം പറയാ!!"

"നീ ഇതൊന്ന് തയ്ച്ച്തരൂ."

അപ്പോൾ അവിടെ കടന്നുവന്ന അമ്മ പറഞ്ഞു. അവൾ കീറിയ മുണ്ടും സൂചിയും നൂലും വാങ്ങി ജാലകത്തിനരികിൽ ചെന്നിരുന്നു. അപ്പോൾ വീണ്ടും അവളുടെ കണ്ണുകൾ ആ ചെറുപ്പക്കാരനിൽ പതിഞ്ഞു.

–കീറിയ ബനിയനും, വൃത്തികെട്ട ലുങ്കിയും. ഗെയിറ്റിന്മേൽ ചാരി നിന്നു ബീഡിവലിച്ചുകൊണ്ട് എന്തോ സ്വപ്നം കാണുകയാണ് പാവം!

അടുത്ത ദിവസം തിങ്കളാഴ്ചയായിരുന്നു. രണ്ടുദിവസത്തെ ഒഴിവിനുശേഷം വീണ്ടും സ്കൂളിൽ പോകുകയാണ്. പെൺകുട്ടി വലിയ തിരക്കിലാണ്. ധാവണി ഇസ്തിരി ഇടുമ്പോൾ മുത്തശ്ശി കോലായിൽനിന്നു വിളിച്ചുപറയുന്നതു കേട്ടു:

"എടീ പ്രേമേ, ഇങ്ങോട്ട് ഒന്നു വന്നാട്ടെ."

"എന്താ വേണ്ടത്? ഇപ്പോൾ വരാം."

പെൺകുട്ടി പറഞ്ഞു.

"ആരാ പോകുന്നത്? പറഞ്ഞുപറഞ്ഞു നിയ്ക്കു കണ്ണുകാണാണ്ടായി."

അവൾ ഉമ്മറത്തേക്കു ചെന്നു.

"അയലത്തെ പണിക്കാരനല്ലേ ആ പോകണത്?"

മുത്തശ്ശി കൈകൊണ്ട് കണ്ണിന് മറപിടിച്ച് നിരത്തിലേക്ക് സൂക്ഷിച്ചു നോക്കുകയാണ്.

മുത്തശ്ശി പറഞ്ഞത് വാസ്തവമായിരുന്നു. അയൽപക്കത്തെ വേലക്കാരൻ തന്നെയാണ് അത്. ഇസ്തിരി ഇട്ടിട്ടില്ലെങ്കിലും വൃത്തിയുള്ള വെളുത്ത ഷർട്ടും മുണ്ടും ധരിച്ചിരിക്കുന്നു. മുടി ഭംഗിയായി ചീകിവെച്ചി

രിക്കുന്നു. കൈയിൽ ഒരടുക്കു പുസ്തകങ്ങൾ.

അവൾ അത്ഭുതപൂർവ്വം അയാളെ നോക്കിനിന്നു. അപ്പോൾ അകാരണമായി ഒരു വിഷാദം അവളുടെ മനസ്സിൽ നിറഞ്ഞു.

ആ ചെറുപ്പക്കാരനെപ്പറ്റി കൂടുതൽ വിവരങ്ങൾ പെൺകുട്ടി അന്നു തന്നെ മനസ്സിലാക്കി. റോസ് നിറത്തിലുള്ള ലിപ്സ്റ്റിക്ക് ഉപയോഗിക്കുന്ന ചെറുപ്പക്കാരിയുടെ അനുജനാണ്. കോളേജിൽ പഠിക്കുന്നു. ചെറുപ്പക്കാരി വളരെ സ്നേഹപൂർവ്വമായിരുന്നു അനുജനെക്കുറിച്ച് സംസാരിച്ചിരുന്നത്.

പെൺകുട്ടിക്ക് ആ ചെറുപ്പക്കാരനിൽ ഒരു താൽപ്പര്യം വളർന്നുവന്നു.

ഒരു ദിവസം പെൺകുട്ടി കണ്ടു.

നട്ടുച്ചയ്ക്ക് ഉരുകുന്ന വെയിലിൽ എന്തോ പന്തികേടോടെ ചെറുപ്പക്കാരൻ നടന്നു വരുന്നു. അയാളുടെ ചുണ്ടിൽ എരിയുന്ന ബീഡിയുണ്ടായിരുന്നു. വീട്ടിനുമുമ്പിൽ എത്തിയപ്പോൾ പതിവുപോലെ കണ്ണുകൾ ഉയർത്തിനോക്കിയില്ല. അയാളുടെ ശാന്തമായി കാണാറുള്ള കണ്ണുകൾ കത്തുന്നതുപോലെ തോന്നി. ഗയിറ്റിന്മേൽ പിടിച്ചുകൊണ്ട് ചെറുപ്പക്കാരൻ കുറച്ചുനേരം നിന്നു. എന്നിട്ട് ഒരു വല്ലാത്ത ശബ്ദത്തോടെ അയാൾ ഛർദ്ദിച്ചു. മുറ്റത്തുനിന്നിരുന്ന പെൺകുട്ടിക്ക് ഒരു വല്ലാത്ത ദുർഗന്ധം അനുഭവപ്പെട്ടു...ചെറുപ്പക്കാരൻ കുടിച്ചിരുന്നു. അയാൾക്ക് ബോധം ഉണ്ടായിരുന്നില്ല.

മറ്റൊരു ദിവസം.

രാവിലെ കോളേജിലേക്കുപോയ ചെറുപ്പക്കാരൻ തിരിച്ചുവന്നത് ആംബുലൻസിൽ ആണ്. അയാളുടെ ഷർട്ടിൽ നിറയെ ചോര ഉണ്ടായിരുന്നു. തലയിൽ ഒരു വലിയ വച്ചുകെട്ടും.... അയാളെ താങ്ങിപ്പിടിച്ചുകൊണ്ടാണ് അകത്തേക്കു കൊണ്ടുപോയത്...കോളേജിൽ തെരഞ്ഞെടുപ്പാണ്. എതിർകക്ഷിയുമായി ഏറ്റുമുട്ടി. അതിന്റെ ഫലമായിരുന്നു അത്!

വൈകുന്നേരം പെൺകുട്ടിയും മുത്തശ്ശിയും അയാളെ കാണുവാൻ പോയി. ചെറുപ്പക്കാരൻ ഉറങ്ങുകയായിരുന്നു. മുഖത്ത് ചോരയുടെ പാടുകൾ അപ്പോഴുമുണ്ടായിരുന്നു. അയാളുടെ മുഖം മുഴുവൻ വേദനയാണെന്ന് പെൺകുട്ടിക്കു തോന്നി.

എല്ലാ പെൺകുട്ടികളും കാത്തിരിക്കാറുള്ള ആ ശുഭമുഹൂർത്തം പെൺകുട്ടിക്കു വളരെ നേരത്തെ വന്നുചേർന്നു. വിദൂരമായ നഗരത്തിൽ ജോലിചെയ്യുന്ന,രാമചന്ദ്രൻ എന്ന യുവാവിന്റെ ഭാര്യയായിത്തീർന്നു അവൾ. അതു നന്നായി, കാരണം ഇസ്തിരി ഇടാത്ത വസ്ത്രം ധരിക്കുകയും കള്ളുകുടിക്കുകയും ബീഡിവലിക്കുകയും ചെയ്യുന്ന അയൽപക്കത്തെ ചെറുപ്പക്കാരന്റെ രൂപം അവളുടെ മനസ്സിൽ വലുതായി വലുതായി വരുകയായിരുന്നു.

******

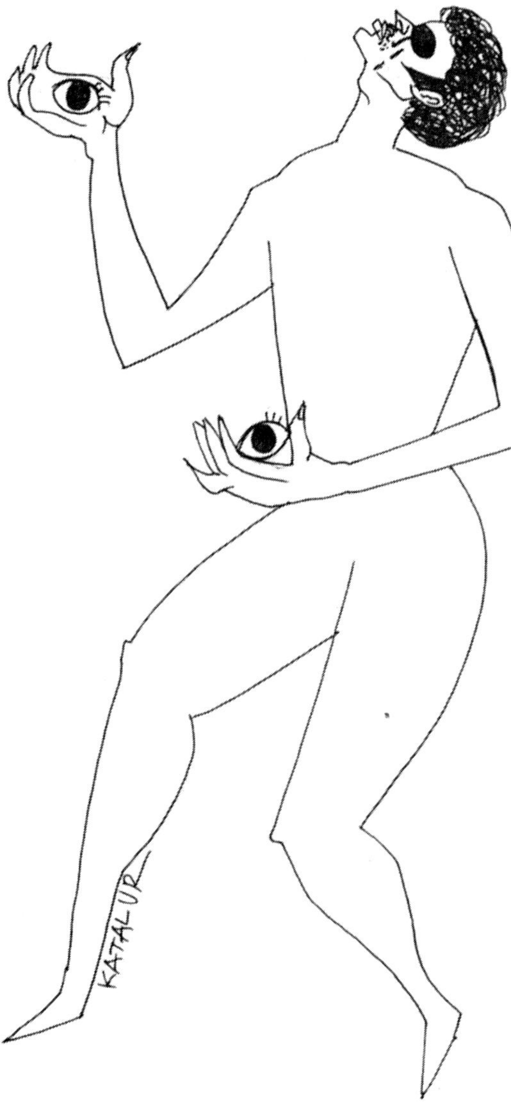

പപ്പു കുരുടനായ കഥ

ചിലർ ജന്മനാ കുരുടന്മാരാകുന്നു. ചിലർ കണ്ണിൽ മസൂരി വന്ന് അന്ധന്മാരാകുന്നു. ചിലർ തിമിരം പിടിച്ച് കുരുടന്മാരാകുന്നു.

പപ്പുവിനു തിമിരം പിടിച്ചില്ല. കണ്ണിൽ മസൂരി വന്നില്ല. ജനിച്ചപ്പോൾ കണ്ണിനു കാഴ്ചയുണ്ടായിരുന്നു.

എന്നിട്ടും പപ്പു അന്ധനായി.

പപ്പുവിന്റെ കഥ തുടങ്ങുന്നത് അവന് പതിനെട്ട് വയസ്സുള്ളപ്പോഴാണ്. പപ്പുവിന്റെ കഥ ദുരന്തകഥയാണ്. പതിനെട്ടു വയസ്സുവരെ പപ്പു ജീവിച്ചിരുന്നില്ല. അവൻ ഗർഭപാത്രത്തിൽനിന്നു പുറത്തുവന്നത് പതിനെട്ടു വയസ്സിലാണെന്നു പറയാം. ചെറുപ്പകാലത്ത് അവൻ അനുസരണശീലമുള്ള ഒരു നല്ല കുട്ടിയായിരുന്നു. അവൻ കൃത്യമായി സ്കൂളിൽ പോയി. കൂടാതെ പഠിച്ചു ക്ലാസ്സുകൾ ഒന്നൊന്നായി ചാടിക്കടന്നു.

"നല്ലൊരു കുട്ട്യാ."

നാട്ടുകാർ എന്നും അങ്ങനെയേ പറഞ്ഞിരുന്നുള്ളൂ.

"ആ കല്യാണി സുകൃതംചെയ്തോളാ. ഇങ്ങന്യൊരു മോനെ കിട്ട്യല്ല്യോ ഓൾക്ക്."

അങ്ങനെയിരിക്കെ പപ്പുവിനു പതിനെട്ടു വയസ്സു തികഞ്ഞു. അപ്പോഴും അവൻ പാവമായിരുന്നു. നല്ലവനായിരുന്നു.

അപ്പോഴും അവൻ അന്ധനായിരുന്നില്ല.

അവൻ സൂര്യനെ കണ്ടിരുന്നു. രാത്രി നക്ഷത്രങ്ങളേയും ചന്ദ്രനെയും കണ്ടിരുന്നു. പക്ഷികൾ പറക്കുന്നതു കണ്ടിരുന്നു. മരങ്ങൾ കണ്ടിരുന്നു. സൂര്യാസ്തമയം കണ്ടിരുന്നു. പ്രഭാതം കണ്ടിരുന്നു. എല്ലാം കണ്ടിരുന്നു. അന്ധനായിരുന്നില്ല.

പപ്പുവിന്റെ വീടിനു മുന്നിലാണ് രാമുണ്ണിനായർ പാർക്കുന്നത്. രാമുണ്ണിനായർക്ക് ഒരു മകളുണ്ട്. മകൾക്ക് പതിനാറുവയസ്സാണ്. പതിനാറു വയസ്സുകാരി സുന്ദരിയാണ്. സുന്ദരിയുടെ പേര് വത്സല എന്നാണ്.

ഒരു ദിവസം വാഴച്ചുവട്ടിലിരുന്നു പതിനാറുകാരി ഛർദ്ദിക്കുന്നത് അമ്മ

കണ്ടു.

"എന്താ വത്സലേ, സുഖോല്യോ മോളേ നിനക്ക്?"

അമ്മ അവളുടെ പുറം തടവിക്കൊടുത്തു. അവൾ പറഞ്ഞു: തല കറങ്ങുന്നമ്മേ!"

വത്സലയുടെ അമ്മ അവളെ താങ്ങിപ്പിടിച്ച് മുറിയിൽകൊണ്ടുപോയി കിടത്തി. പിറ്റേദിവസവും അവൾ ഛർദ്ദിച്ചു. അതിന്റെ പിറ്റേദിവസവും.

"ആരാ മൂധേവീ? ആരാന്ന്ച്ചാ പറഞ്ഞോ. അതാ നിനക്ക് നല്ലത്."

വത്സല അന്ധംവിട്ട് അമ്മയുടെ മുഖത്തു നോക്കി.

"മറ്റുള്ളവരുടെ മുഖത്ത് കരിതേക്കാൻ നോക്ക്യാല് ബാക്കിവെച്ചേക്കില്ല നിന്നെ ഞാൻ. കൊല്ലും നിന്നെ ഞാൻ."

രാമുണ്ണിനായർ ഗർജ്ജിച്ചു.

രാമുണ്ണിനായരുടെ ഗർജ്ജനംകേട്ട് വത്സല അമ്പരന്നു.

അച്ഛന്റെ ഗർജ്ജനം കേട്ട് മകൾ അമ്പരന്നു.

"പറേല്ല്യേ നീ? പറേല്ല്യേ നീ?"

അമ്മയുടെ കൈ വത്സലയുടെ മുതുകിൽ വീണു.

വത്സല അവളുടെ കട്ടിലിൽപോയി കമഴ്ന്നുകിടന്നു നിലവിളിച്ചു. അവൾ സ്കൂളിൽ പോയില്ല. കുളിച്ചില്ല. ഭക്ഷണം കഴിച്ചില്ല.

വത്സല സ്കൂളിൽ പോയില്ല.

വത്സല കുളിച്ചില്ല.

വത്സല ഭക്ഷണം കഴിച്ചില്ല.

"ന്റെ പൊന്നുമോളല്ലേ. അമ്മയോടു പറയൂ. ആരാ?"

അമ്മ അവളുടെ മുതുകിലും ശിരസ്സിലും തലോടി.

"ആരും അല്ല."

അവൾ തേങ്ങിക്കരയുന്നതിനിടയിൽ പറഞ്ഞു.

"എനിക്കു ഗർഭോംല്ല്യ."

അവൾ പറഞ്ഞു.

"എനിക്കു ഗർഭോംല്ല്യ."

വത്സല പറഞ്ഞു.

"എനിക്കു ഗർഭോംല്ല്യ."

രാമുണ്ണിനായരുടെ മകൾ പറഞ്ഞു.

"എനിക്കു ഗർഭോംല്ല്യ."

പപ്പുവിന്റെ അയൽപക്കക്കാരി പറഞ്ഞു.

പക്ഷേ, അവൾക്കു ഗർഭമുണ്ടായിരുന്നു. അവളുടെ അടിവയർ വീർത്തുവരികയായിരുന്നു.

അമ്മയുടെ കാൽക്കൽവീണു പൊട്ടിക്കരഞ്ഞുകൊണ്ട് അവൾ

പറഞ്ഞു:

"ഇല്ലമ്മെ എനിക്കു ഗർഭോംല്ല്യ. ഞാനാരുടേം കൂടെ..."

വത്സല പൊട്ടിക്കരഞ്ഞു. അച്ഛനും അമ്മയും അന്ധംവിട്ടുനിന്നു.

തന്നെ ആരും തൊട്ടിട്ടുപോലുമില്ല എന്ന് എല്ലാ ദൈവങ്ങളേയും പിടിച്ച് വത്സല ആണയിട്ടു. അച്ഛനേയും അമ്മയേയും പിടിച്ച് ആണയിട്ടു.

"ഇതെന്തൊരു മറിമായം!"

നാട്ടുകാർ പറഞ്ഞു.

മാസം തികഞ്ഞപ്പോൾ വത്സല പ്രസവിച്ചു. കുട്ടി ആണായിരുന്നു. കുട്ടിക്ക് പപ്പുവിന്റെ മുഖച്ഛായയുണ്ടായിരുന്നു.

"മഹാപാപീ, നീ എന്റെ മുഖത്ത് കരിതേച്ചില്ല്യോ?" പപ്പുവിന്റെ അമ്മ മാറത്തടിച്ചു നിലവിളിച്ചു.

"മറ്റുള്ളവരുടെ മുഖത്ത് ഞാനെങ്ങനെ നോക്കും ഇനി എന്റീശ്വരാ!"

പപ്പുവിന്റെ അമ്മ മാറത്തടിച്ചു നിലവിളിച്ചു.

"പോ ഇവിട്ന്ന്. ഇറങ്ങി എവിട്യാച്ചാല് പോ. എന്റെ മോനല്ല നീയിനി."

പപ്പുവിന്റെ അമ്മ മാറത്തടിച്ചു നിലവിളിച്ചു.

പപ്പുവാണെങ്കിൽ അന്തം വിട്ടുനിന്നു.

"എങ്കിലും പപ്പൂ ഞ്ഞിതു ചെയ്യുമെന്ന് ആരും വിചാരിച്ചിരുന്നില്ല."

"മിണ്ടാപ്പൂച്ച കലം പൊളിക്കും."

"ഞാനോളെ കൈയോണ്ടു തൊട്ടിട്ടില്ല."

പപ്പു പറഞ്ഞു.

"കൈയോണ്ടു തൊടണ്ട. എന്തിനാ തൊടുന്നേ?"

അതു പറഞ്ഞ ആൾ ഊറിച്ചിരിച്ചു.

പപ്പുവിന് ഒന്നും മനസ്സിലായില്ല. അവൻ അമ്പരന്നുനിന്നു. അവൻ എല്ലാ ദൈവങ്ങളേയും പിടിച്ച് ആണയിട്ടു. അവൻ വത്സലയെ ഒന്നും ചെയ്തിട്ടില്ല. അവനവളെക്കുറിച്ചു ആലോചിക്കുകപോലും ചെയ്യാറില്ല. പിന്നെ എങ്ങനെയാണ് അവൾക്ക് പപ്പു ഗർഭമുണ്ടാക്കുക.

പപ്പു പറയുന്നു അവൻ വത്സലയെ തൊട്ടിട്ടില്ലെന്ന്, വത്സല പറയുന്നു അവൾ അവനെ തൊട്ടിട്ടില്ലെന്ന്. പക്ഷേ, കുഞ്ഞു വളർന്നുവരവേ അതിനുവ്യക്തമായും പപ്പുവിന്റെ മുഖച്ഛായയുണ്ടായി.

ദിവസങ്ങൾ കടന്നുപോയി.

പപ്പുവിന്റെ കോളേജിനടുത്തുള്ള ഏറ്റുകാരൻ കണ്ണന്റെ ഭാര്യ പ്രസവിച്ചു. കുട്ടിക്ക് പപ്പുവിന്റെ മുഖച്ഛായയുണ്ടായിരുന്നു.

"മീശ മുളച്ചിട്ടില്ല. അതിനുമുമ്പ്..."

നാട്ടുകാർ പറഞ്ഞു.

"അടിച്ചു കാലൊടിക്കണം."

നാട്ടുകാർ പറഞ്ഞു.

പെറ്റുകിടക്കുന്ന ഭാര്യയെ കണ്ണൻ ചവിട്ടുകയും ഇടിക്കുകയും ചെയ്തു. അടിയും ഇടിയുംകൊണ്ട് നിലവിളിക്കുന്നതിനിടയിൽ കണ്ണന്റെ ഭാര്യ മോങ്ങി:

"ഓനെന്നെ തൊട്ടിട്ടില്ല."

"പോ. കുഞ്ഞിനെ എടുത്ത് പോ ഇവിടന്ന്."

കണ്ണൻ അവളുടെ മുടിക്കു പിടിച്ച് അവളെ കട്ടിലിൽനിന്നു താഴെ വലിച്ചിട്ടു.

"ഞാമ്പറേന്നതു കേക്ക്. ഓനിവിടെ വന്നിട്ടില്ല. എന്റെ അമ്മയാണേ, ഭഗവത്യാണേ...!"

അവൾ കണ്ണന്റെ കാൽക്കൽ കിടന്നു കരഞ്ഞു.

കല്യാണിയമ്മയും കരഞ്ഞു. മുറിയടച്ചിട്ട് അതിൽ കിടന്ന് അവർ സദാ കണ്ണീർ വാർത്തു.

"പാപിയാ ഓള്!"

നാട്ടുകാർ പറഞ്ഞു.

"ഇങ്ങന്യോരു ചെക്കൻ ഓളുടെ വയറ്റില് പിറന്നല്ലോ!"

നാട്ടുകാർ പറഞ്ഞു.

ദിവസങ്ങൾ കടന്നുപോയി. വത്സലയുടെ കുട്ടി കമഴ്ന്നുവീഴാനും നിലത്തിഴയാനും പഠിച്ചു. ഏറ്റുകാരൻ കണ്ണന്റെ മകനും വളരുകയാണ്.

കല്യാണിയമ്മയുടെ ദുഃഖം തണുക്കുകയായിരുന്നു. അപ്പോഴാണ് കാട്ടുതീ പോലെ വാർത്ത പരന്നത്. സബ് കലക്ടർ ചന്ദ്രമേനവന്റെ ഭാര്യ അമ്മിണി പ്രസവിച്ചു. കുഞ്ഞിനു പപ്പുവിന്റെ മുഖച്ഛായയാണ്.

"നിനക്കൊന്നും പറയാനില്ലേ?"

ചന്ദ്രമേനവൻ ഭാര്യയോടു ചോദിച്ചു. അയാൾ വലിച്ചിട്ട സിഗരറ്റുകുറ്റികൾ ചാരത്തട്ടു കവിഞ്ഞു മേശപ്പുറത്തേക്കും തറയിലേക്കും ഒഴുകി.

"ഇല്ല."

അമ്മിണി പറഞ്ഞു.

"നിനക്കവനെ അറിയില്ലേ?"

"ഇല്ല."

"അവൻ നിന്നെ തൊട്ടിട്ടില്ലേ?"

"ഇല്ല."

അവൻ മന്ദഹസിച്ചു. ഒന്നിനുപിറകേ മറ്റൊന്നായി സിഗരറ്റുകൾ

കത്തിച്ചുകൊണ്ട് അവൻ തന്റെ കസേരയിൽ ഇരുന്നു.

അമ്മിണി പ്രസവിച്ചു രണ്ടാഴ്ച കഴിഞ്ഞതിനുശേഷമാണ് തുന്നൽക്കാരൻ നാണുവിന്റെ ഭാര്യ ജാനു പെറ്റത്. ജാനുവിന്റെ കുഞ്ഞിനും പപ്പുവിന്റെ മുഖച്ഛായയായിരുന്നു.

"ഇതെന്തൊരു കഥ!"

നാട്ടുകാർ ആകാശത്തിൽ നോക്കി.

"ഓനെ ഇങ്ങനെ കയറഴിച്ചുവിട്ടാല് ഓനീ നാടുമുടിക്കും."

നാട്ടുകാർ അമർഷംകൊണ്ടു.

"ഓനെ എന്തിനാ കുറ്റം പറയുന്നത്? ഓന്റെ പിന്നാലെ പായുന്ന പെണ്ണുങ്ങളേയാ പറയേണ്ടത്."

നാട്ടുകാർ പപ്പുവിനെ ന്യായീകരിക്കാൻ ശ്രമിച്ചു.

രാമുണ്ണിനായരുടെ ഭാര്യയ്ക്കും ഗർഭം.

രാമുണ്ണിനായരുടെ ഭാര്യ വത്സലയുടെ അമ്മയാണ്.

രാമുണ്ണിനായരുടെ ഭാര്യ പപ്പുവിന്റെ അയലത്താണു താമസം.

രാമുണ്ണിനായരുടെ ഭാര്യ പെറ്റുകാണുവാൻ ആളുകൾക്ക് കൗതുകമുണ്ടായി. അവർ പരസ്പരം ചോദിച്ചു:

"ഇതെത്രയാ ഓൾക്ക് മാസം."

"അഞ്ചാ."

"അഞ്ചേ ആയുള്ളൂ?"

ചിലർക്ക് രാമുണ്ണിനായരുടെ ഭാര്യ പെറ്റുകാണാൻ ധൃതിയായി.

ഇതിനകം കോളജിലെ ഇംഗ്ലീഷ് പ്രൊഫസ്സർ ജനാർദ്ദനന്റെ മകൾ പ്രേമ പ്രസവിച്ചു. അവൾ അവിവാഹിതയായിരുന്നു. പതിവുപോലെ കുട്ടിക്കു പപ്പുവിന്റെ മുഖച്ഛായ.

രാമുണ്ണിനായരുടെ ഭാര്യക്ക് മാസം ആറായി.

ഏഴായി.

എട്ടായി.

ഒൻപതായി.

ഒൻപതരയായി.

രാമുണ്ണിനായരുടെ ഭാര്യയ്ക്കു പ്രസവവേദന തുടങ്ങിയെന്നു കേട്ട നാട്ടുകാർ രാമുണ്ണിനായരുടെ വീട്ടിലെത്തി. ചിലർ കോലായിൽ കയറിയിരുന്നു. ചിലർ വെളിയിൽ ചുറ്റിപ്പറ്റിനടന്നു.

രാമുണ്ണിനായരുടെ ഭാര്യപെറ്റു. വത്സലയുടെ അമ്മ പെറ്റു. പപ്പുവിന്റെ അയലത്തെ രാമുണ്ണിനായരുടെ ഭാര്യപെറ്റു.

കുട്ടിക്ക് പപ്പുവിന്റെ മുഖച്ഛായയാണ്.

പപ്പുവിനെ നടുനിരത്തിലിട്ട് നാട്ടുകാർ തല്ലി.

കല്ല്യാണിയമ്മയോട് അവർ പറഞ്ഞു:

"മോനെ പിടിച്ച് കെട്ടിയിടുന്നതാ നല്ലത്. അല്ലെങ്കില് പപ്പൂന്ന് ഒരു മോൻ നിങ്ങൾക്ക് ഉണ്ടാകില്ല. പറഞ്ഞേക്കാം."

"ഓനെന്റെ മോനല്ല."

പപ്പുവിന്റെ അമ്മ പറഞ്ഞു.

"ഓനെ എന്താന്ന്ച്ചാല് ചെയ്തോ. കൊന്നോ."

ഭർത്താവു മരിച്ച പപ്പുവിന്റെ അമ്മയ്ക്കു ഗർഭമുണ്ടാകുകയും അവർ പ്രസവിക്കുകയും ചെയ്തു. കുഞ്ഞിന് പപ്പുവിന്റെ മുഖച്ഛായയായിരുന്നു.

ലോകം തിരിഞ്ഞുനിന്നു. നാട്ടുകാർ പരിഭ്രാന്തരായി. പെണ്ണുങ്ങൾ പപ്പുവിനെ പേടിച്ച് വെളിയിൽ ഇറങ്ങാതായി.

"ഇതിന്റെ പിന്നിലെന്തോ രഹസ്യമുണ്ട്."

നാട്ടുകാർ പറഞ്ഞു.

അവർക്കതു കണ്ടുപിടിക്കാൻ കഴിഞ്ഞില്ല.

അവർ പുഴകടന്ന് കുന്നുകൾ മറികടന്ന് കേളുനായരെ ചെന്നുകണ്ടു. കേളുനായർ വന്നു.

വായിലെ വെറ്റിലച്ചണ്ടി തുപ്പിക്കളഞ്ഞിട്ടു തന്റെ പരുത്ത കൈ പപ്പുവിന്റെ ചുമലിൽ വെച്ചു.

"മോനിതുവരെ ഒരു പെണ്ണിന്റേയും കൂടെ കിടന്നിട്ടില്ലേ?"

"ഇല്ല."

"സത്യാണോ."

"സത്യം."

പപ്പു തേങ്ങിക്കരഞ്ഞു.

"കരേണ്ട, കരേണ്ട."

കേളുനായരുടെ സ്വരം ആർദ്രമായിരുന്നു.

കേളുനായർ പപ്പുവിന്റെ വീടിനുവെളിയിൽ വന്നപ്പോൾ നാട്ടുകാർ ചോദിച്ചു:

"എന്താ കേളുനായരെ, രഹസ്യം പിടികിട്ട്യോ?"

"ഉം."

കേളുനായർ മൂളി.

"ഓൻ പെണ്ണുങ്ങളെ നോക്ക്യാ പെണ്ണുങ്ങൾക്ക് ഗർഭോണ്ടാകും." കേളുനായർ പറഞ്ഞു. "പാവം കുട്ടി!"

കേളുനായർ പോയതിന്റെ പിറ്റേദിവസം പപ്പു തന്റെ കണ്ണുകൾ കുത്തിപ്പൊട്ടിച്ചു.

******

കാഴ്ചക്കാരൻ

അരുന്ധതിയെ കാണുവാൻവേണ്ടി വിമാനത്തിൽനിന്ന് ഇറങ്ങി എയർപോർട്ടിൽനിന്നു പുറത്തേക്കു നടക്കുമ്പോൾ അയാൾക്ക് വളരെ ക്ഷീണം തോന്നി. കൺവെയർ ബെൽറ്റിലൂടെ വന്ന പെട്ടി എടുത്ത് ട്രോളിയിൽ വയ്ക്കുവാനുള്ള കരുത്തുപോലും അയാൾക്കുണ്ടായിരുന്നില്ല.

തൊട്ടടുത്ത് നിന്നിരുന്ന ഒരു ആഫ്രിക്കക്കാരൻ സഹായിച്ചില്ലെങ്കിൽ പെട്ടി കാലിന്മേൽ വീണ് അയാൾക്ക് പരുക്കേൽക്കുമായിരുന്നു. എന്തുകൊണ്ടാണ് ഈ ക്ഷീണം എന്ന് അയാൾക്ക് മനസ്സിലായില്ല. പത്തുമണിക്കൂർ ദൈർഘ്യമുള്ള യാത്രയിൽ തന്റെ സീറ്റിൽ ചാരനിറമുള്ള ഒരു നേർത്ത കമ്പിളി പുതച്ചിരുന്ന് ഒരു വിധം സുഖമായി അയാൾ ഉറങ്ങിയിരുന്നു. ഇടയ്ക്കൊന്ന് കണ്ണുതുറന്ന് നോക്കിയപ്പോൾ താഴെ ജർമ്മനിയും വിയന്നയും കണ്ടു. രാജ്യങ്ങൾക്കു മുകളിലൂടെ അയാൾ ഇങ്ങനെ സഞ്ചരിക്കുന്നതും അവളെ കാണുവാൻ വേണ്ടി മാത്രമാണ്. എന്നിട്ടും എന്തേ ഈ തളർച്ച?

ട്രോളി ഉരുട്ടി നടക്കുന്ന അയാളുടെ കണ്ണുകൾ ഒരു ഫോൺബൂത്തിനെ തിരഞ്ഞു. കഴിഞ്ഞ യൂറോപ്പ് യാത്രയിൽ ഉപയോഗിച്ച ഫോൺകാർഡ് കീശയിലിരിപ്പുണ്ട്. അതിന്റെ കാലാവധി കഴിഞ്ഞുവോ എന്നറിയില്ല എങ്കിൽ മറ്റൊരു കാർഡ് വാങ്ങിയാലേ അയാൾക്ക് അവളെ വിളിക്കുവാൻ കഴിയുകയുള്ളൂ. എയർ ഇൻഡ്യയുടെ കൗണ്ടറിൽനിന്ന് അകലെയല്ലാതെ ഗെയ്റ്റ് എഫ് 3-നു സമീപം ഒരു ഫോൺബൂത്ത് കണ്ടപ്പോൾ അയാൾക്ക് ആശ്വാസം തോന്നി. ചില്ലുകൊണ്ടുള്ള ആ ബൂത്തിനുള്ളിൽ മുഖംകൊണ്ട് ഏത് രാജ്യക്കാരി എന്ന് തിരിച്ചറിയാൻകഴിയാത്ത ഒരു സ്ത്രീ സംസാരിച്ചുകൊണ്ടിരിക്കുന്നു. അവൾ പുറത്തു വരുന്നതും കാത്ത് അയാൾ തന്റെ ട്രോളിയുടെ അരികിൽ അക്ഷമനായിനിന്നു. ഭാഗ്യവശാൽ ഫോൺ കാർഡിന്റെ കാലാവധി കഴിഞ്ഞിരുന്നില്ല. കഴിഞ്ഞയാത്രയിൽ പന്ത്രണ്ട് ഡോളർ കൊടുത്ത് ജനീവയിൽനിന്നായിരുന്നു അയാൾ അത് വാങ്ങിയത്.

“ഇത് ഞാനാ. രാമു എയർപോർട്ടിൽനിന്നു വിളിക്കുന്നു.”

ശബ്ദത്തിലെ ക്ഷീണം മറച്ച് അയാൾ പറഞ്ഞു.

"ഈശ്വരാ എപ്പോ വന്നു?"

"ഇതാ ഇപ്പോ, ഹോട്ടലിൽനിന്ന് വീണ്ടും വിളിക്കാം."

അയാൾ അധികനേരം സംസാരിച്ചില്ല. സംസാരിക്കുമ്പോൾ ഒരു കിതപ്പ്. കാലുകൾക്ക് ഒരു ബലഹീനത.

അയാൾ പുറത്തുവന്ന് ഒരു ടാക്സിയെടുത്ത് നേരെ ഹോട്ടലിലേക്കുപോയി. ലാറ്റിൻ ക്വാർട്ടറിനരികിൽതന്നെയാണ് ദിവസം നൂറ്റിനാല്പത്തിയെട്ട് ഡോളർ വാടകയ്ക്ക് അയാൾ ഒരു ഹോട്ടൽമുറി ബുക്ക് ചെയ്തത്. ബുക്കിങ്ങ് ഉറപ്പിക്കുവാൻവേണ്ടി അയാൾ തന്റെ ക്രഡിറ്റ് കാർഡിന്റെ കോപ്പി ഹോട്ടലിലേക്ക് ഫാക്സ് ചെയ്തിരുന്നു. കോട്ടും ടൈയും ധരിച്ച ഒരു പോളണ്ടുകാരനാണ് കാർ ഓടിച്ചിരുന്നത്. സൂര്യനില്ലാത്ത ആകാശവും മങ്ങിയ പകൽവെളിച്ചവും ചാറ്റൽമഴയും താനിപ്പോൾ യൂറോപ്പിലാണ് എന്ന് അയാളെ ഓർമ്മിപ്പിച്ചു. കാറിനുള്ളിൽ തണുപ്പുണ്ടായിരുന്നില്ല. നേർത്ത ഊഷ്മളതയിൽ അവളെക്കുറിച്ച് ആലോചിച്ച്, അയാൾ കണ്ണടച്ചിരുന്നു. ഫോൺചെയ്തപ്പോൾ ശങ്കരനെകുറിച്ച് ഒന്നും അവളോട് ചോദിച്ചില്ലല്ലോ എന്നുവിചാരിച്ച് അയാൾ വിഷമിക്കുകയും ചെയ്തു.

പത്തു മിനുറ്റുനേരം ഒന്നു വിശ്രമിച്ച്, കുളിച്ച് വസ്ത്രം മാറി അരുന്ധതിയെ കാണാൻ പോകാമെന്നു കരുതി അയാൾ ഷൂസ് അഴിച്ച് കിടക്കയിൽ നീണ്ടുനിവർന്നു കിടന്നു. അത്രയേ അയാൾക്ക് ഓർമ്മയുള്ളൂ. രണ്ടു മണിക്കൂർ കഴിഞ്ഞാണ് പിന്നീട് അയാൾ കണ്ണുതുറന്നത്.

"ഞാൻ ഇത്തിരി വൈകും." അയാൾ ഫോണിൽ പറഞ്ഞു.

"കിടന്ന് ഉറങ്ങിപ്പോയി."

ഫോണിന്റെ തലയ്ക്കൽനിന്ന് അവൾ ചിരിക്കുന്നതു കേട്ടു:

"നല്ല ആള്. ഒന്ന് കാണാൻ വന്നിട്ട് കിടന്നുറങ്ങാ?"

"നിന്റെ ഡോർ കോഡ് ന്താ?"

"4, 3, 6, 7. ഇദ് ല്ലാം ഏഡ് ചെയ്താല് ന്റെ മോന്റെ വയസ്സാ–20."

"ഞാൻ ഇതാ എത്തിപ്പോയി."

"ഞാൻ ബാൽക്കണീല് കാത്തുനിൽക്കുന്നുണ്ടാവും. ഉള്ളില് വന്ന് ലിഫ്റ്റ് നമ്പർ മൂന്നില് കേറ്യാല് ന്റെ വാതിലിന്റെ മുമ്പില് ഇറങ്ങാം. നാലാം ഫ്ളോറില്."

"ശരി." അയാൾ പറഞ്ഞു.

എവിടെയോ എന്തോ തകരാറുണ്ട്. അയാൾക്കുതോന്നി. ഓരോ കാൽവയ്പ്പിലും അത് അനുഭവപ്പെടുന്നു. ഒരിക്കലും ഉണ്ടായിട്ടില്ലാത്ത ഈ ക്ഷീണം. അവിചാരിതമായി വന്ന ഈ ഉറക്കം.

ജനലിന്റെ കർട്ടൻ നീക്കി അയാൾ വെളിയിലേക്കു നോക്കി. പതിനെട്ടാം നൂറ്റാണ്ടിൽ പണിത കെട്ടിടങ്ങളുടെ നിരകൾ. നടപ്പാതയിലൂടെ തിരക്കിട്ടു നടന്നുപോകുന്ന പലതരത്തിലുള്ള ആളുകൾ. വെള്ളക്കാർ, അറബികൾ, കാപ്പിരികൾ, തുർക്കികൾ... ഈ നഗരത്തെ അയാൾ ഇഷ്ട

പ്പെടുവാനുള്ള ഒരു കാരണം ഇതാണ്. കഴിഞ്ഞ തവണ ഇവിടെ വന്ന പ്പോൾ ജനലിന്റെ അരികിൽ നിന്നുകൊണ്ട് താഴെ നിരത്തിലൂടെ പാല സ്തീനിയരുടെ ഒരു പ്രകടനം കടന്നുപോകുന്നത് അയാൾ നോക്കിക്കാ ണുകയുണ്ടായി. പുരുഷന്മാർ ഭീഷണിപ്പെടുത്തുംവിധം വിവിധ മുദ്രാ വാക്യങ്ങൾ മുഴക്കുകയും സ്ത്രീകൾ മാറത്തടിച്ചു കരയുകയുംചെയ്തി രുന്നു. ആ സ്ത്രീകളിൽ മിക്കവാറും എല്ലാവർക്കും വലിയ മാറിടങ്ങൾ ഉണ്ടായിരുന്നു. അവർ സ്ക്വയറിലെ കൂറ്റൻ റിപ്പബ്ലിക്ക് പ്രതിമ ചുറ്റി ജൂതപ്പള്ളിയുടെ നേരെ നീങ്ങിയപ്പോൾ പോലീസുകാരുടെ ബാരിക്കേ ഡുകൾ അവരെ തടഞ്ഞുനിർത്തി.

അതെല്ലാം അയാൾ ഓർത്തു.

തണുപ്പേൽക്കാതിരിക്കുവാനായി കഴുത്തിൽ ഒരു മഫ്ളർ ചുറ്റി അയാൾ നടപ്പാതയിലൂടെ നടന്നു. അർമാനിയും വെർസാസും ഡിസൈൻ ചെയ്ത സ്ത്രീകളുടെ ഉടുപ്പുകൾ പ്രദർശിപ്പിച്ച ഒരു വലിയ സ്റ്റോറിനു മുന്നിൽ ഒരു നിമിഷം അയാൾ നിന്നു.

“നിനക്കെന്താ ഞാൻ മേടിച്ചു തരേണ്ടത്?”

പണ്ടൊരിക്കൽ അവളെ കാണുവാൻ ചെല്ലുമ്പോൾ അയാൾ അവ ളോട് ഫോണിൽ ചോദിച്ചു. അന്ന് അവൾ ബോംബെയിൽ ബാന്ദ്രയിലെ ഒരു ഫ്ളാറ്റിൽ താമസിക്കുകയായിരുന്നു.

“ഒന്നും വേണ്ട, വേഗം ഒന്നിങ്ങ് വന്നാല് മതി.”

അന്ന് അവൾ രണ്ടാൾക്കും ചെറുപ്പമായിരുന്നു. അവളുടെ വിവാഹം കഴിഞ്ഞിട്ടേ ഉണ്ടായിരുന്നുള്ളൂ.

“ശങ്കരൻ അവിടേണ്ടോ?”

“ങ്, ഇപ്പോ പോകും. അതിന് മുമ്പ് എത്തിയാല് ആളെ കാണാം.”

അയാൾ ചെല്ലുമ്പോൾ ശങ്കരൻ ടൈ കെട്ടി, മുടി പിറകോട്ടു ചീകി കുലാബയിലേക്കു പോകുവാൻ തയ്യാറായിനില്ക്കുകയായിരുന്നു. നല്ല കിളിരമുള്ള മീശയില്ലാത്ത വളരെ സുമുഖനായ ഒരു ചെറുപ്പക്കാരൻ. അയാൾക്ക് വളരെ സന്തോഷം തോന്നി.

“മെയ്ഡ് ഫോർ ഈച്ചദർ. വിൽസ് സിഗരറ്റ് കമ്പനിക്കാര് കാണ ണ്ട. അവർക്ക് പരസ്യത്തിനായി തട്ടിക്കൊണ്ടുപോകും, ട്ടോ.”

അയാൾ പറഞ്ഞു.

അവർ ചിരിച്ചു.

“നിയ്ക്ക് കമ്പിനിവക ഒരു റിസപ്ഷനുണ്ട്. നിങ്ങള് രണ്ടാളും ഇരുന്ന് വർത്തമാനം പറയ് ട്ടോ, ഞാൻ വേഗം വരാൻനോക്കാം”

ശങ്കരൻ കാറിൽ കയറിപ്പോയി.

അന്ന് അയാൾ ബാംഗ്ലൂരിലായിരുന്നു. അതുകൊണ്ട് ബോംബെയിൽ പോയി അവളെ കാണുവാൻ എളുപ്പമായിരുന്നു. ചില വാരാന്ത്യങ്ങളിൽ അയാൾ വെള്ളിയാഴ്ച വൈകുന്നേരം പോയി ഞായറാഴ്ച വൈകു ന്നേരം തിരിച്ചുവരികയായിരുന്നു. താമസിക്കുവാൻ സ്വന്തം ഗവേഷണ

കേന്ദ്രത്തിന്റെ ഗസ്റ്റ്ഹൗസ് ഉണ്ടായിരുന്നു. ശങ്കരനും അരുന്ധതിയും അവിടെ പലതവണ വന്നിരുന്നു. ശങ്കരന് പ്രിയപ്പെട്ട ഡ്രിങ്ക് ബ്ലഡി മേരിയായിരുന്നു. ഗ്ലാസിലെ വോഡ്കയിൽ നിറയെ തക്കാളിച്ചാർ ഒഴിച്ച് ഗ്ലാസിന്റെ വക്കിൽ വൃത്താകൃതിയിൽ ഉപ്പു പുരട്ടി അയാൾ ബ്ലഡി മേരിയുണ്ടാക്കി ശങ്കരന് കൊടുക്കും.

"രാമു ഒന്നും കുടിക്കുന്നില്ലേ?"

"നിയ്ക്ക് ബിയറ് മതി. അതാന്റെ ഫെവറിറ്റ് ഡ്രിങ്ക്."

"നിനക്കോ അരുന്ധതീ, നിനക്ക് കുടിക്കാൻ ഒന്നും വേണ്ടേ? ത്തിരി നാരങ്ങാവെള്ളം?"

ശങ്കരൻ ചോദിച്ചു. അവൾക്ക് കൊടുക്കാതെ അയാൾ ഒന്നും തിന്നുകയോ കുടിക്കുകയോ പതിവില്ലായിരുന്നു.

ഒന്നാലോചിച്ച് ശങ്കരന്റേയും രാമുവിന്റേയും ഗ്ലാസുകളിൽ മാറി മാറി നോക്കി അവൾ പറഞ്ഞു:

"നിയ്ക്ക് ത്തിരി ബിയറ് കുടിക്കണം."

പുതിയ ഒരു കുപ്പി പൊട്ടിച്ച് ഗ്ലാസിൽ ബിയർ പകർന്ന് അവൾക്കു കൊടുക്കുവാൻ അയാളുടെ കൈ ചെറുതായി ഒന്നു വിറച്ചു. അവൾക്കും ബ്ലഡിമേരി ഇഷ്ടമായിരുന്നു. എന്നിട്ടും ഇന്നന്തേ ബിയർ കുടിക്കാൻ കാരണം?

അല്പനേരം കഴിഞ്ഞപ്പോൾ അവർ മൂന്നുപേരും ഗസ്റ്റ്ഹൗസിന്റെ വരാന്തയിലെ ചൂരൽ കസേരയിൽ ചെന്നിരുന്നു. അവിടെ നല്ല കാറ്റുണ്ടായിരുന്നു. ദൂരെ ചർച്ച് ഗെയ്റ്റിൽനിന്ന് വരുകയും പോകുകയുംചെയ്യുന്ന വണ്ടികൾ കാണാമായിരുന്നു.

"നിങ്ങളുടെ അടുത്ത പുസ്തകം മാക്മില്ലനാ ഇറക്കുന്നദ്ന്ന് അരുന്ധതി പറഞ്ഞു. ന്താ ആ പുസ്തകം?"

"ഓ, അദ്." അയാൾ ചിരിച്ചു: "ജാതിവ്യവസ്ഥയും രതിയും."

"സത്യം പറയട്ടെ, നിങ്ങളുടെ പുസ്കങ്ങളൊന്നും ഞാൻ വായിച്ചിട്ടില്ല. ന്റെ വിഷയം ബയോകെമിസ്ട്രിയാ, ന്റെ ആലോചനേം വായനേം ല്ലാം അതിനെക്കുറിച്ചാ, എനീള്ള കാലം അത്രയേ എനിക്ക് സാധിക്കൂ. അവനവന് താത്പര്യമുള്ള വിഷയത്തിന് മാത്രം ശ്രദ്ധവയ്ക്ക."

"ഞാനും അതുതന്നെയാചെയ്യുന്നത്." കണ്ണിൽ കുസൃതിയുടെ തിളക്കവുമായി അയാൾ പറഞ്ഞു: "ഞനെപ്പോം ബോംബേല് വരുന്നതും അതുകൊണ്ടാ."

അത്രയും പറഞ്ഞപ്പോൾ അത് വേണ്ടായിരുന്നു എന്ന് അയാൾക്കു തോന്നി.

തന്റെ ഗ്ലാസിൽ നോക്കിക്കൊണ്ട് ശങ്കരൻ പറഞ്ഞു:

"അരുന്ധതി ല്ലാം ന്നോട് പറഞ്ഞിട്ടുണ്ട്."

"ന്ത്?"

"നിങ്ങള് അരുന്ധതിയെ കാണുവാൻ വരുന്നതിനെക്കുറിച്ച്."

"നന്നായി, അവള് പറഞ്ഞില്ലെങ്കില് ഞാൻ പറയുമായിരുന്നു ശങ്കരാ. പക്ഷേ, പറയുവാൻ ഒന്നുമില്ല എന്നാ ശരി."

"എനിക്കറിയാം. എനിക്കറിയാം ട്ടോ–"

ശങ്കരൻ ഉച്ചത്തിൽചിരിച്ചു.

"നിങ്ങൾക്ക് രണ്ടാൾക്കും മറ്റൊന്നിനെക്കുറിച്ചും സംസാരിക്കാനില്ലേ? ന്നെക്കുറിച്ചും ആരും ഒന്നും പറയണ്ട. വിചാരിക്ക്യേം വേണ്ട. നിയ്ക്കത് ഇഷ്ടം ല്ല."

അരുന്ധതി അസ്വസ്ഥയായി.

കുറേനേരം വരാന്തയിൽ കാറ്റുകൊണ്ടിരുന്നശേഷം, ഗസ്റ്റ്ഹൗസ്സിൽ പ്രത്യേകം പറഞ്ഞ് പാചകംചെയ്ത അത്താഴം കഴിച്ച്, ശങ്കരനും അരുന്ധതിയും രാത്രി പന്ത്രണ്ടിന് ബാന്ദ്രയിലേക്ക് തിരിച്ചുപോയി.

അത് വളരെ പഴയ കഥ.

ഇപ്പോൾ അയാൾ മെട്രോയിൽ ഇരിക്കുകയാണ്. അയാളുടെ മുൻപിൽ ഇരുന്ന് ആൺകുട്ടിയും പെൺകുട്ടിയും പരസ്പരം ഉമ്മ വയ്ക്കുന്നു. വീർത്ത് ചുമന്ന കവിളുള്ള തടിച്ച ഒരു വൃദ്ധൻ തൊപ്പി നീട്ടി ധർമ്മം ചോദിച്ച് അയാളെ കടന്നുപോയി. ആ വൃദ്ധൻ തുർക്കിക്കാരനോ ഇറാൻകാരനോ ആകാം. വെള്ളക്കാരൻ തൊപ്പി നീട്ടി നടക്കുന്നത് അയാൾ ഇതുവരെ കണ്ടിട്ടില്ല; അതു കാണുവാൻ അയാൾക്ക് വളരെ താത്പര്യമുണ്ടെങ്കിലും. മെട്രോ സ്റ്റേഷനിൽനിന്ന് പുറത്തേക്ക് കടക്കുന്ന വഴിയിൽ കോസോവയിൽനിന്നുള്ള കുറെ അഭയാർത്ഥികൾ നിരന്നിരുന്നു. സ്ത്രീകളും കുട്ടികളും കൂട്ടത്തിലുണ്ടായിരുന്നു. അവരിൽ പലരും നെഞ്ചിൽ 'എനിക്ക് വിശക്കുന്നു' എന്നെഴുതിയ മുഷിഞ്ഞ കടലാസ് പ്രദർശിപ്പിച്ചിരുന്നു. മെട്രോ സ്റ്റേഷന് പുറത്ത് വിക്ടർ ഹ്യൂഗോ സ്റ്റാന്റിലേക്കുള്ള തെരുവിലെ പുസ്തകക്കടയുടെ മുൻപിൽ ഒരു ഇന്ത്യാക്കാരൻ നില്ക്കുന്നത് അയാൾ കണ്ടു. ഇന്ത്യാക്കാരൻ അടുക്കിവെച്ച രതിമാസികകളുടെ കവറുകളിൽ നോക്കിരസിച്ചു നില്ക്കുകയായിരുന്നു. വേഷംകൊണ്ട് അയാൾ ഒരു ടൂറിസ്റ്റാണെന്ന് വ്യക്തമായിരുന്നു.

പാതവക്കിലെ റോഡ് മാപ്പിൽ നോക്കി അവളുടെ ഫ്ളാറ്റ് നില്ക്കുന്നയിടം കൃത്യമായി മനസ്സിലാക്കി അയാൾ അങ്ങോട്ടേക്കു നടന്നു. അപ്പോൾ അയാൾക്ക് വീണ്ടും ക്ഷീണംതോന്നി. അത് അവഗണിച്ച് അയാൾ മുന്നോട്ട് നടന്നു. ദൂരെനിന്നുതന്നെ നാലാം നിലയിലെ ബാൽക്കണിയിൽ നില്ക്കുന്ന അവളെ അയാൾക്ക് കാണാമായിരുന്നു. അവൾ ഒരു പച്ചസാരി ചുറ്റിയിരുന്നു.

അപ്പാർട്ടമെന്റ് കോംപ്ലക്സിന്റെ വലിയ ഇരുമ്പുവാതിൽ അയാൾക്കു മുൻപിൽ അടഞ്ഞുകിടന്നു. അയാൾ അവൾ പറഞ്ഞുകൊടുത്ത ഡോർകോഡ് മറന്നുപോയിരുന്നു. ആ നാലക്കങ്ങൾ കൂട്ടിയാൽ അവളുടെ മകന്റെ പ്രായമായിരിക്കും എന്നുമാത്രം അയാൾ ഓർത്തു. തന്റെ മറവി അയാളെ പരിഭ്രമിപ്പിച്ചു. തലച്ചോറിലെ ന്യൂറോണുകൾ നശിച്ചു

കൊണ്ടിരിക്കുകയാണ്. ആരേയും പഴി പറഞ്ഞിട്ട് ഫലമില്ല. നശിക്കുന്ന വയുടെ സ്ഥാനത്ത് പുതിയവ ഉണ്ടാകുന്നില്ല. അടഞ്ഞ ഗെയ്റ്റിനു മുൻപിൽ അയാൾ നിസ്സഹായനായി നിന്നു. ഗെയ്റ്റിന്റെ വലതുവശത്ത് ചുമരിന്മേൽ ഘടിപ്പിച്ച ആ കൊച്ച് ഇലക്ട്രോണിക്ക് ഉപകരണത്തിലെ അക്കങ്ങൾതന്നെ പരിഹസിക്കുന്നതായി അയാൾക്കുതോന്നി. അപ്പോഴാണ് ഗെയ്റ്റിനപ്പുറം ഒരു പച്ച നിഴൽ തെളിയുകയും ഒരു ക്ലിക്ക് ശബ്ദം കേട്ടതും. വാതിൽ തുറന്ന് അവൾ മുൻപിൽനില്ക്കുന്നു.

"കോഡ് മറന്നുപോയി." അയാൾ പറഞ്ഞു: "ഈയിടെയായി ഒന്നും എന്റെ ഓർമ്മയിൽ നില്ക്കുന്നില്ല."

"പ്രായമാകുന്നതിന്റെ ഓരോ ലക്ഷണങ്ങൾ."

അവൾ ചിരിച്ചു.

നിന്റെ ചിരിക്കുമാത്രം പ്രായമാകുന്നില്ല. കാൽനൂറ്റാണ്ടിനുമുമ്പ് എന്റെ ക്ലാസിൽ ആദ്യമായി വന്നിരുന്നു ചിരിച്ച അതേ ചിരി.

"എന്താ ഇത്ര വലിയ ഒരാലോചന?"

ലിഫ്റ്റിനരികിലേക്കു നടക്കുമ്പോൾ അവൾ ചോദിച്ചു.

"നീ ആദ്യമായി ന്റെ ക്ലാസില് വന്നിരുന്ന കാര്യം ആലോചിക്ക്യായിരുന്നു. സാമൂഹ്യശാസ്ത്രാ നിന്നെ ഞാൻ പഠിപ്പിച്ചതും. പക്ഷേ, നിന്നെ കാണുമ്പോ കവിത പഠിപ്പിക്കാനാ ഞാൻ ആഗ്രഹിച്ചത്."

അവർ ലിഫ്റ്റിൽ തനിയെ മുഖത്തോടു മുഖം നോക്കിനിന്നു.

"ഇപ്പോ ഞാൻ അദ്ധ്യാപകനല്ല. നീ സ്റ്റുഡന്റും അല്ല, മ്മള് മറ്റെന്തെല്ലാമോ ആയിത്തീർന്നു."

"ന്തിനാ ഇപ്പോ ആ പഴയ സംഗതികളൊക്കെ പറയുന്നത്?"

"അരുന്ധതീ, ന്റെ മുമ്പോട്ടേക്കുള്ള യാത്ര അവസാനിച്ചു. എനി റിവേഴ്സിലാ എന്റെ പോക്ക്."

അയാൾ ഷൂസ് ഊരി പതുപതുത്ത വലിയ സോഫയിൽ താണു. അപ്പോൾ അയാൾക്ക് ഒരു കാർമേഘത്തിൽ ഇരിക്കുന്നതുപോലെ തോന്നി.

"ന്താ കുടിക്കുന്നത്?"

"ത്തിരി ബിയറ്. ദാഹംണ്ട്."

അവൾ ഒരു കാൻ പൊട്ടിച്ച് ബിയർ ഗ്ലാസിൽ പകർന്ന് അയാൾക്ക് കൊടുത്ത് അയാളുടെ മുൻപിൽ ഇരുന്നു.

"നിയ്ക്ക് സന്തോഷമായി. ഇത്രവേഗം വീണ്ടും കാണുംന്ന് വിചാരിച്ചിരുന്നില്ല."

"അദ്ധ്യാപകന്റെ പണിവിട്ട് പുതിയ ജോലീല് ചേർന്നപ്പോ ഒരു ഗുണോണ്ടായി. ഒരുപാട് യാത്രകള്. എന്നും യാത്രകള്. അതോണ്ട് വല്ലപ്പോം നിന്നെ വന്ന് കാണാൻ സൗകര്യായി."

തണുത്ത ബിയർ അയാളുടെ വരണ്ടുണങ്ങിയ തൊണ്ടയിലൂടെ ദൂരേക്കു സഞ്ചരിച്ചു.

“മുടി ആകെ നരച്ചുപോയി. തടിച്ചിട്ടും ണ്ട്.”

“എത്ര ശ്രമിച്ചിട്ടും തടി കുറേന്നില്ല.”

“ഞാനത് വിശ്വസിക്കില്ല. ശ്രമിച്ചാല് തടി കുറയാതിരിക്കില്ല. ഇതാ ന്നെ നോക്ക്....”

കണ്ടാൽ ഇരുപത് വയസ്സുള്ള മകനുണ്ടെന്ന് ആരും പറയില്ല. പഴയ കൊലുന്നനെയുള്ള ആ ദേഹം. ഒരു ചുളിവുപോലുമില്ലാത്ത മിനുത്ത ചർമ്മം. എന്റീശ്വരാ...

“ന്താ ഈശ്വരനെ വിളിക്കുന്നത്.”

“അത് നിനക്കെങ്ങനെ മനസ്സിലായി.”

“എനിക്ക് എല്ലാം അറ്യാം.”

അയാൾ ഗ്ലാസിൽ ബാക്കിയിരുന്ന ബിയർ പതുക്കെ ഇറക്കിക്കുടിച്ചു. അപ്പോൾ ദാഹം മാറിയ അയാൾക്ക് സംസാരിക്കുവാൻ എളുപ്പംതോന്നി.

“അരുന്ധതീ, ഒരു പക്ഷേ, ഇദ്ന്റെ അവസാനത്തെ യാത്രയാ. എനി നിന്നെ കാണാൻ വരാൻ നിയ്ക്ക് കഴീംന്ന് തോന്നുന്നില്ല.”

“അരുത് , അങ്ങനെയൊന്നും പറയരുത്.”

“അവളുടെ ജീവിതം ഒരു കാത്തിരിപ്പായിരുന്നു. അറിഞ്ഞും അറി യാതെയുമുള്ള ഒരു കാത്തിരിപ്പ്. എന്തിനോ വേണ്ടി, ആർക്കോ വേണ്ടി ഒരു കാത്തിരിപ്പ്.”

ഇപ്പോൾ അവൾ അറിയുന്നു. അത് അയാൾക്കുവേണ്ടിയായിരുന്നു എന്ന്.

“അരുന്ധതീ!”

“ഉം?”

“കൈ നീട്ടിയിട്ട് തൊടാവുന്ന ദൂരത്തായിരുന്നു നീ. ന്നിട്ടും ഞാൻ ഒരിക്കലും അതിന് ശ്രമിച്ചിട്ടില്ല. അതിലെനിയ്ക്ക് സന്തോഷംണ്ട്?”

പണ്ട് അയാളുടെ മുൻപിൽ ക്ലാസ്സിൽ ഇരുന്നതുപോലെ അവൾ തല കുനിച്ചിരുന്നു.

“കണ്ണുകൊണ്ട് മാത്രമേ ഞാൻ നിന്നെ തൊട്ടിട്ടുള്ളൂ. അത്രയേ ഞാൻ ആഗ്രഹിച്ചിരുന്നുള്ളൂ.” ഒന്നു നിർത്തിയിട്ട് തുടർന്നു: “ഞാൻ നിന്റെ ഒരു കാഴ്ചക്കാരൻ മാത്രമാണ്.?”

മോദി ഗിയാനിയുടെ പെയ്ന്റിങ്ങിൽ തട്ടി അവളുടെ മുഖത്ത് വീഴുന്ന വെളിച്ചത്തിൽ അവളുടെ കണ്ണുകളിൽ നനവ് പടരുന്നതും അയാൾ കണ്ടു.

“ഞാൻ കാരണം നിനക്കോ ശങ്കരനോടെന്തെങ്കിലും ബുദ്ധിമുട്ടുണ്ടാ യിട്ടുണ്ടെങ്കില് ഞാൻ മാപ്പു ചോദിക്കുന്നു.”

ഗ്ലാസ്സിലെ ബാക്കി ബിയർ കൂടി വാർത്തു കുടിച്ച് അയാൾ എഴുന്നേ റ്റു. അപ്പോൾ അയാളുടെ മുഖം വിളറിയിരുന്നു.

“ന്താ പോക്വ? പിന്നെ ആർക്കുവേണ്ടിയാ ഞാൻ ചോറും അവിയ ലുമൊക്കെ വെച്ചത്?”

"പോകണം കാലുകള് തളരുന്നതിനുമുമ്പ് ഹോട്ടലിൽ എത്തണം."

ഹോട്ടലുകളായിരുന്നു എന്നും അയാളുടെ വീട്.

അയാൾക്ക് സ്വന്തം കാലുകൾ കുഴയുന്നതായി തോന്നി. എന്നിട്ടും അവൾ അയാളുടെ കൂടെ നടന്നു.

"ഞാൻ ഗെയ്റ്റുവരെ വരാം."

"വേണ്ട. എന്നും തനിയെ നടന്നിട്ടുള്ളവനാണ് ഞാൻ..."

മുന്നോട്ട് കാൽവെച്ച അവളെ അയാൾ തടഞ്ഞു.

അവൾ നോക്കിനിൽക്കവേ അയാൾ ലിഫ്റ്റിൽ കയറുകയും അതിന്റെ വാതിൽ അടയുകയും ചെയ്തു.

പുറത്ത് മഴ ചാറുകയും ശീതക്കാറ്റ് വീശുകയും ചെയ്തുകൊണ്ടിരുന്നു. മഴത്തുള്ളികൾ ദേഹത്തുവീണപ്പോൾ അയാൾക്ക് കിടുകിടുത്തു. തണുപ്പും മറ്റും ഉണ്ടായിട്ടും നിരത്തുനിറയെ ആളുകളും വാഹനങ്ങളുടെ വെളിച്ചവും ഉണ്ടായിരുന്നു. നനഞ്ഞ എടുപ്പുകളുടെ ജാലകങ്ങൾ പ്രകാശിച്ചുനിന്നു.

അയാൾക്ക് വേഗം ഹോട്ടൽമുറിയിൽചെന്ന് കിടക്കുവാൻ തോന്നി. കൈവരിയിൽ പിടിച്ചുകൊണ്ട് അയാൾ മെട്രോ സ്റ്റേഷനിലേക്കുള്ള നനഞ്ഞ പടവുകൾ സാവധാനം ഇറങ്ങി. താഴെ വെളിച്ചം കുറഞ്ഞയിടത്ത് ഒരു പെണ്ണ് അയാൾ ഇറങ്ങി വരുന്നതും കാത്ത് മുകളിലേക്കു നോക്കിനിൽക്കുന്നുണ്ടായിരുന്നു. അവൾ ഉടുപ്പിന്റെ അറ്റം മുകളിലേക്ക് ഉയർത്തി തുടകൾ കാണിച്ച് അയാളെ ക്ഷണിച്ചു. ക്ഷീണംകൊണ്ട് അയാൾ കിതയ്ക്കുവാൻ തുടങ്ങിയിരുന്നു

"അരുത് മോളെ." അയാൾ പറഞ്ഞു: "അരുത്."

മെട്രോസ്റ്റേഷനിൽ ഇപ്പോഴും കോസോവയിൽനിന്നുള്ള അഭയാർത്ഥികൾ ഉണ്ടായിരുന്നു. അവരുടെ ഇടയിൽനിന്നു മുഷിഞ്ഞ കുപ്പായം ധരിച്ച ഒരു ആൺകുട്ടി അയാളുടെ പാന്റിൽ പിടിച്ചുവലിച്ച് പൈസ ചോദിച്ചു. പെണ്ണുങ്ങളും വൃദ്ധരും കുട്ടികളും അടങ്ങുന്ന ആ അഭയാർത്ഥിസംഘത്തിനരികിലൂടെ അയാൾ ട്രെയിനിനുനേരെ നടക്കുമ്പോൾ ചുവന്ന മുടിയുള്ള ഒരു കോസോവാ വൃദ്ധ അയാളെ മുട്ടിയുരസ്സി കടന്നുപോയി. നിറം മങ്ങിയ കറുത്ത ഫ്രോക്ക് ധരിച്ച അവൾക്ക് തായ് വീഞ്ഞിന്റെ മണമുണ്ടായിരുന്നു.

മിക്കവാറും വിജനമായ ട്രെയിനിൽ അയാൾ തലകുനിച്ച് തളർച്ചയോടെ ഇരുന്നു. പോക്കറ്റിൽ ഉണ്ടായിരുന്ന പണവും പാസ്പോർട്ടും നഷ്ടപ്പെട്ടത് അയാൾ അറിഞ്ഞിരുന്നില്ല.

നഗരത്തിനടിയിലെ ഇരുട്ടിലൂടെ അയാളെയുംകൊണ്ട് മെട്രോ ട്രെയിൻ ഓട്ടം തുടർന്നു.

******

വേട്ടക്കാർ സുക്ഷിക്കുക

എരച്ചൻ അതിവിദഗ്ധനായ ഒരു വേട്ടക്കാരനാണ്. അതേപോലെ തന്റെ തൊഴിലിൽ വൈദഗ്ധ്യം നേടിയവനാണ് കൊട്ടൂരൻ. കൊട്ടൂരന്റെ പ്രവൃത്തി കാട്ടുതേൻ ശേഖരിച്ച് നാട്ടുമ്പുറങ്ങളിൽ കൊണ്ടുവന്ന് കച്ചവടം ചെയ്യുക എന്നതാണ്. തേനീച്ചകളോട് ചങ്ങാത്തം കാണിച്ചും കാവലിരിക്കുന്ന കരടികളെപ്പറ്റിച്ചും തേൻ ശേഖരിക്കുന്നതിൽ മാത്രമല്ല അത് ദൂരെയുള്ള അങ്ങാടികളിലും ചന്തകളിലും കൊണ്ടുചെന്ന് നല്ല വിലയ്ക്ക് വില്ക്കുന്നതിലും അയാൾ സമർത്ഥനാണ്. എരച്ചനോ കൊട്ടൂരനോ കൂടുതൽ സമർത്ഥൻ? ഉത്തരത്തിന് ഈ കഥയുടെ അവസാനംവരെ കാത്തിരിക്കേണ്ടതുണ്ട്.

വേട്ടക്കാരനും തേൻകച്ചവടക്കാരനും തമ്മിൽ പ്രത്യക്ഷത്തിൽ ഒരു ബന്ധവും കാണുവാൻ ഇടയില്ല, എരച്ചൻ മൃഗങ്ങളെ വധിക്കുന്നതും കൊട്ടൂരൻ തേൻ ശേഖരിക്കുന്നതും കാട്ടിൽവച്ചാണ് എന്ന വസ്തുത ഒഴികെ. ഈ കഥയുടെ അവസാനംവരെ തമ്മിൽ അറിയാമെങ്കിലും അവർ പരസ്പരം നേരിട്ട് കാണുകയുണ്ടായിട്ടില്ല. റെയിൽപാളങ്ങൾ പോലെ അകന്നും തൊട്ടുരുമ്മിയും കൂട്ടിമുട്ടിയുമാണ് അവരുടെ ജീവിതങ്ങൾ നീങ്ങുന്നത്. എന്നിട്ടും എന്തേ അവർ തമ്മിൽ കാണാതിരുന്നത്? ജീവിതം കണ്ണില്ലാത്ത ഒരു വസ്തുവായിരിക്കണം. തൊട്ടടുത്തുനിൽക്കുന്ന, ചിലപ്പോഴൊക്കെ തന്റെമേൽ പാഞ്ഞുകയറുന്ന മറ്റൊരു ജീവിതത്തെ കാണുവാൻപോലും കഴിയാത്തവിധം അതിന്റെ കാഴ്ചശക്തി നശിച്ചിരിക്കണം. എരച്ചന്റെയും കൊട്ടൂരന്റെയും ജീവിതങ്ങൾ പരസ്പരം നേരിട്ട് കണ്ടിരുന്നെങ്കിൽ അത് ആ രണ്ട് ജീവിതങ്ങൾ തമ്മിലുള്ള ഒരു ഗുസ്തിയിൽ കലാശിച്ചേനേ. ഇരയെ എയ്തുവീഴ്ത്തുവാനായി അമ്പുമായി നടക്കുന്ന എരച്ചനും കരടികളെ വിരട്ടിയോടിച്ച് തേൻകൂടുകൾ അടർത്തിയെടുക്കുവാനായി കൊടു വാളുമായി നടക്കുന്ന കൊട്ടൂരനും തമ്മിൽ ഒരു മല്പിടിത്തം നടന്നാൽ അത് അവരുടേത് മാത്രമല്ല, ഈ കഥയുടേയും അന്ത്യമായിരിക്കും.

എരച്ചൻ ആവനാഴിയിൽനിന്ന് അമ്പുകൾ എടുത്ത് കല്ലിലൊരച്ച് മൂർച്ച വയ്പ്പിച്ചു. അമ്പിൻമുനകളിൽ സൂര്യൻ തുടിച്ചുനിന്നു. എരച്ചൻ

അമ്പുകൾ ഒന്നൊന്നായി എടുത്ത് ചൂണ്ടുവിരൽ മുനയിൽവെച്ച് മൂർച്ച പരിശോധിച്ചു. അപ്പോൾ മനക്കണ്ണ് ആ അമ്പുകൾ മൂളിച്ചെന്ന് കലമാനുകളുടെ നെഞ്ച് പിളർക്കുന്ന കാഴ്ച കണ്ട അയാൾ ഉള്ളാലെ ആനന്ദിച്ചു.

“ന്താ ഇദ്? എനീം നായാട്ടിന് പുറപ്പെട്ടാ?”

“കാട്ടില് പന്നി എറങ്ങീട്ടുണ്ട്.”

“കാട്ടില് എന്നാ പന്നില്ലാത്തദ്?”

“ന്റെ മാമ്പീ, ഒരു വയിക്ക് പോകുമ്പോ മൊടക്കം പറയരുത്.”

“ന്റെ വാക്കിന് ന്താ വെല? ന്നേക്കാളും വെലേല്ലേ കാട്ടിലെ പന്നികൾക്ക്? ഇങ്ങനേം ഉണ്ടോ ഒരു നായാട്ട്? ന്റെ ഭഗവതീ...”

“നായാട്ടിന്റെ രസം നീയ്യെന്തറിഞ്ഞു മാമ്പീ...”

“ന്നാല് ഒരീസം ന്നേം കൊണ്ടോകരുതോ നായാട്ടിന്?”

“അയ്യോ പെണ്ണുങ്ങള് നായാട്ടിന് പോകാനോ?”

“ഒരീസം വേട്ടയ്ക്ക് പോയി വരുമ്പോ ഞാനീടെ ഉണ്ടാകില്ല. ചിറേലായിരിക്കും, നോക്കിക്കോ.”

അവൾ തലവെട്ടിച്ച് അകത്തേക്കുപോകുമ്പോൾ അവളുടെ ഉറപ്പുള്ള മാറിടങ്ങൾ രണ്ടും ഇടതുവശത്തേക്കു തെറിച്ചു. എരച്ചന്റെ നേരേ തിരിഞ്ഞുനിന്ന് സംസാരിക്കുന്നതിനിടയിൽ പെട്ടെന്ന് വലതുവശം തിരിഞ്ഞു നടന്നതുകൊണ്ടാണ് മാറിടങ്ങൾ വിരുദ്ധദിശയിൽ ഇടത്തോട്ടേക്ക് തെറിച്ചത്. കറുത്തകരയുള്ള ഒരു ഭാഗമുണ്ട് മാത്രമാണ് അവളുടെ വേഷം. കഴിഞ്ഞനൂറ്റാണ്ടിലാണല്ലോ നമ്മുടെ കഥനടക്കുന്നത്. എരച്ചന്റെ നാട്ടിലെ ആണുങ്ങളുടെ വേഷം വീട്ടിനകത്തും പുറത്തും വെറും ഒരു കോണകം മാത്രമാണ്. പെണ്ണുങ്ങളാണെങ്കിൽ നാം ഇപ്പോൾ മാമ്പിയെകണ്ടതായ അതേവേഷത്തിലും. പ്രമാണിയായ എരച്ചന്റെ ഭാര്യായതുകൊണ്ട് മാത്രമാണ് മാമ്പി ഭാഗമുണ്ട് ചുറ്റിയിരിക്കുന്നത്. പ്രമാണിമാരല്ലാത്തവരുടെ പെണ്ണുങ്ങൾ ഒരു തോർത്ത്മാത്രം ഉടുത്തുകൊണ്ടാണ് അങ്ങും ഇങ്ങും പോകുന്നത്.

അലക്കി വെളുപ്പിച്ച കോണകമുടുത്ത്, തേച്ചുരച്ച് മൂർച്ചകൂട്ടിയ അമ്പുകൾ എടുത്ത് എരച്ചൻ കാട്ടിലേക്കു പുറപ്പെട്ടു. നേരം വെളുത്തുവരുന്നേയുള്ളൂ. ഓടിയും ചാടിയും ചുറുചുറുക്കോടെ കാട്ടിലേക്കുപോകുന്ന എരച്ചനെ കിളിവാതിലിന്റെ പിറകിൽ നിന്നുകൊണ്ട് മാമ്പി കണ്ണിമയ്ക്കാതെ നോക്കി. അരയാലിന്റെ ചുവട്ടിൽ എത്തിയപ്പോൾ ആവിയായി പോയതുപോലെ എരച്ചൻ അപ്രത്യക്ഷനായി. അതു കണ്ട് അവളുടെ ചങ്ക് മിടിച്ചു. എരച്ചന് ഒന്നും സംഭവിച്ചിട്ടില്ല. ആലിന്റെ കടുപ്പമുള്ള നിഴലിൽ അയാളുടെ ഇരുണ്ട ശരീരം അവൾക്ക് വേർതിരിച്ചു കാണുവാൻ കഴിയാതെ പോയതാണ്. ആലിന്റെ നിഴലിൽനിന്നു പുറത്തുവന്നപ്പോൾ മാമ്പിക്ക് അയാളെ വീണ്ടും കാണാറായി.

“നീയ്യെന്താടീ മുഖം വീർപ്പിച്ചുനില്ക്കുന്നത്?”

"ഓറ് പിന്നേം പോയി....."

"ആണുങ്ങളായാല് നായാട്ടിന് പോണം."

"എനിക്കിഷ്ടമല്ല മൃഗങ്ങളെ കൊല്ലുന്നദ്."

"എരച്ചനെപ്പോലെ ഉശിരുള്ള വേറൊരു ആണ് ഇന്നാട്ടിലുണ്ടോ? എപ്പോം ഭഗവതിയെ നിരീച്ചോളണം. കാട്ടിലും നാട്ടിലും എരച്ചന്റെ മേല് കണ്ണുണ്ടാകണംന്ന് പറയണം."

"ഒരീസം അമ്പും ആവനായീം എടുത്ത് ഞാൻ കിണറ്റില് എറീം."

"എടീ അതിക്രമം പറയ്യാ നിയ്യ്? എരച്ചനിങ്ങ് വരട്ടെ...."

"അമ്മയ്ക്ക് അറീല്ല ന്റെ കഷ്ടപ്പാട്. മോന്തിക്ക് അടുത്ത് കെടന്നൂട. ചോര മണക്കുന്നു...."

പാടം കടന്ന് കുന്ന് ചുറ്റി എരച്ചൻ അപ്രത്യക്ഷനായി.

അതിനപ്പുറം ദൂരെ കടവാണ്. കടവ് കടന്നാൽ കാടായി. കടവിൽനിന്ന് കാട്ടിലേക്കുള്ള ഒറ്റയടിപ്പാത തുടങ്ങുന്നയിടം മൂന്ന് പീടികകൾ ഉണ്ട്. ഒന്ന് പൊക്കന്റെ മോരുകടയാണ്. കാട്ടിൽനിന്ന് പലകാര്യങ്ങൾക്കായി നാട്ടുമ്പുറത്ത്പോയി വെയിലുകൊണ്ട് തളർന്ന മലയന്മാരും മറ്റും പൊക്കന്റെ പീടികയിൽനിന്ന് മോര് വാങ്ങിക്കുടിച്ച് ദാഹം തീർത്താണ് കാട്ടിലേക്കുമടങ്ങുന്നത്. തമ്പായിയുടെ കടയിൽ പായും കുട്ടയും കുരിയലും മുറവും ഉറിയും കിട്ടും. എതിർവശത്തുള്ള കൊറമ്പന്റെ പീടികയിലാണെങ്കിൽ ചട്ടിയും കലവും കഞ്ഞിക്കലവും കിട്ടും. പൊക്കന്റെ ഇടപാടുകാർ പൊതുവെ കാട്ടിൽനിന്നു വരുന്നവരാണെങ്കിൽ തമ്പായിയുടേയും കൊറമ്പന്റേയും കടകളിലെ പതിവുകാർ നാട്ടുമ്പുറത്തുകാരാണ്. ആന തൂങ്ങിയാലും പൊട്ടില്ല തമ്പായിയുടെ ഉറി എന്ന് ഒരു ചൊല്ലുണ്ട്. നാട്ടുമ്പുറത്ത് മാമ്പിയുടെ എല്ലാ ഉറികളും എരച്ചൻ വേട്ടയ്ക്കുപോയി മടങ്ങുമ്പോൾ വാങ്ങിക്കൊണ്ടുവന്നതാണ്.

"അദാ എരച്ചൻ."

"ഇതെന്തൊരു മറിമായ തമ്പായിം? രണ്ടീസംമുമ്പല്ലേ എരച്ചൻ വേട്ടക്ക് പോയദ്? കാട്ടില് ഒരു ജീവീം ല്ലാണ്ടായി. എല്ലാറ്റിനേം എരച്ചൻ കൊന്നൊടുക്കി."

"മലയന്മാര് എളകീരിക്ക്യാ. ഓല് എനീം സമ്മതിക്കില്ലാന്നാ പറയന്നദ്."

"എരച്ചനെ തടുക്കാൻ ഓലേക്കൊണ്ട് കയ്യോ കൊറമ്പാ?"

"നിയ്യെന്താ ഈ പറയുന്നത് പൊക്കാ? മലയമ്മാരിക്ക് മരുന്നും മന്ത്രവാദോം അറിഞ്ഞൂടെ? ഓല് വയീല് ഒരു വരവരച്ചാല് അതിന്റപ്പുറം കാലുകുത്താൻ എരച്ചന് കയ്യൂലാ."

"എരച്ചൻ ദാ ഇങ്ങെത്തിപ്പോയി."

തോണികടവിൽ അടുക്കുന്നതിനുമുമ്പുതന്നെ എരച്ചൻ അമ്പും ആവനാഴിയുമായി വെള്ളത്തിനു മുകളിലൂടെ കരയിലേക്കു ചാടിയിറങ്ങി. ദൂരെ കാട്ടിനു മുകളിൽ ആകാശം വെളുത്തു. പൊക്കനും തമ്പായിയും കാലത്തേ കടകൾ തുറക്കും. കാട്ടിലെ മുളകൾ കൊണ്ടുപോകുവാൻ

വരുന്ന ചങ്ങാടങ്ങൾ കരയിൽ കിടപ്പുണ്ട്. മീനച്ചൂടിന്റെ നീറ്റലിൽ ചങ്ങാടക്കാർ പുലരുമ്പോഴേ മോര് വാങ്ങിക്കുടിക്കും. ഉഷ്ണകാലം പൊക്കന് നല്ല കച്ചവടമാണ്. പലപ്പോഴും ഉച്ചവരെ തമ്പായിയുടെ പീടികയിൽ ആരും വന്നില്ലെന്നു വരാം. ഒട്ടും കച്ചവടം നടക്കാത്ത ദിവസങ്ങളും കുറവല്ല. എങ്കിലും തമ്പായി പുഴ വെളുക്കുമ്പോഴേക്കും പീടിക തുറന്നുവെയ്ക്കും. അത് പൊക്കന് ഒരു കൂട്ടിനുവേണ്ടിയെന്നാണ് തമ്പായി പറയുന്നത്.

"ന്താ തമ്പായീ?"

"ഒന്നൂല്ല."

"ന്താടോ പൊക്കാ?"

"ഒന്നൂല്ല."

തമ്പായിയും പൊക്കനും എഴുന്നേറ്റിരുന്നു. രണ്ടുപേരോടും ലോഗ്യം പറഞ്ഞശേഷം എരച്ചൻ നേരെ നടന്നു. ഇടവഴിയിൽ നനവുണ്ട്. മുള്ളുള്ള തൊട്ടാവാടിച്ചെടികൾ ഈറനായി കിടക്കുന്നു. രാത്രി പുഴയിൽ വേലിയേറ്റമുണ്ടാകുമ്പോൾ വെള്ളം ഇടവഴിയിലേക്കു കയറിവരും. സൂര്യൻ നന്നായി പൊന്തിവരുമ്പോഴേക്ക് ആ വെള്ളം ഒരു നനവായി മാറും. കാലൊച്ചകേട്ട് എരച്ചൻ തിരിഞ്ഞുനോക്കിയപ്പോൾ പിറകിൽ പൊക്കൻ. അയാൾ എന്തോ പറയുവാൻ ഓങ്ങുകയാണ്. എരച്ചൻ ഒരമ്പെടുത്ത് വില്ലിൽ തൊടുത്ത് പൊക്കന്റെ നേരെ ഉന്നം വെച്ചു. അതുകണ്ട് പൊക്കൻ ഒരെലിക്കുഞ്ഞിനെപ്പോലെ വിറച്ചുനിന്നു. എരച്ചൻ പൊട്ടിച്ചിരിയോടെ അമ്പ് ആവനാഴിയിൽ തിരികെ വച്ചു.

"കാട് എളകീരിക്യാ."

"തേറ്റപ്പന്ന്യാ."

"മലയമ്മാര്. മൂപ്പര് സൂച്ചിച്ചോണം."

"സൂച്ചിക്കേണ്ടത് ഓലാ, മലയമ്മാര്."

എരച്ചൻ മുകളിലേക്കു കുതിച്ചുചാടി കാട്ടിനുനേരെ ഒരസ്ത്രം എയ്തുവിട്ടു. ദൂരെ എവിടെനിന്നോ ഒരു പക്ഷിയുടെ മൂർച്ചയുള്ള നിലവിളി ഉയർന്നു. ആ അഭ്യാസം കണ്ട് അന്ധാളിച്ചുനില്ക്കുന്ന പൊക്കനെ നോക്കി ഒന്ന് വെളുക്കെ ചിരിച്ചുകൊണ്ട് എരച്ചൻ കാട്ടിലേക്കു ചെന്നു. വഴിയിൽ വെളിച്ചം കുറഞ്ഞുവന്നു. ചാഞ്ഞുവീഴുന്ന സൂര്യരശ്മികളെ മരങ്ങൾ കൈകോർത്തുനിന്ന് തടഞ്ഞതാണ്. ഓടിയും ചാടിയും കസർത്തുകൾ കാണിച്ചും ഒരു നാഴികകൂടി താണ്ടിയശേഷം വഴി മുടക്കിനില്ക്കുന്ന വള്ളികളെ പകുത്തുമാറ്റി എരച്ചൻ കാട്ടിനുള്ളിൽ പ്രവേശിച്ചു....

അന്ന് അന്തിയാകുന്നതുവരെ കാട്ടിൽനിന്ന് പക്ഷികളുടെ കരച്ചിലും മൃഗങ്ങളുടെ രോദനങ്ങളും കേട്ടു. കുരുമുളകിട്ട് കാച്ചിയ എണ്ണയുമായി ചോലയിൽ കുളിക്കുവാൻ ചെന്ന കൊട്ടൂരന്റെ പെങ്ങൾ അമ്പേറ്റ് അറ്റുപോയ കഴുത്തുമായി വഴിയിൽ കിടന്നുപിടയ്ക്കുന്ന കുളക്കോഴിയെകണ്ട് മനം നൊന്ത് കുളിക്കാതെ കുടിയിലേക്ക് തിരികെപ്പോയി. ചോലയിൽ ഇറങ്ങി ഒന്നു മുങ്ങാതെ അവൾ കുടിവെള്ളംപോലും കുടിക്കുക പതി

വില്ല. മഴയത്തും കാറ്റത്തുപോലും അവൾ ആ പതിവ് മുടക്കാറില്ല. എന്നിട്ടും അന്ന് വീണ്ടും ചോലയിൽ തിരിച്ചുചെല്ലുവാൻ അവൾ ധൈര്യപ്പെട്ടില്ല. അടുക്കളയിൽ കലത്തിൽ നിറച്ചുവെച്ചിരുന്ന വെള്ളമെടുത്ത് കൈയും മുഖവും കഴുകി അവൾ തൃപ്തിപ്പെടാൻ ശ്രമിച്ചു. എങ്ങുനിന്നോ പാഞ്ഞുവന്ന ഒരു കലമാൻ ശീവോതിക്കാവിന്റെ പിറകിലെ നീർച്ചാലിനരികിൽ ചെന്നുവീണു. അസ്ത്രം വന്ന് തറച്ച് അതിന്റെ കുടൽമാല പുറത്തേക്ക് ചാടിയിരിക്കുന്നു. ഉടൻ മുഴുവൻ ത്രസിക്കുകയും പിടയുകയും ചെയ്തുവെങ്കിലും അതിന്റെ കണ്ണുകളിൽ ഒരു തണുത്ത ശാന്തത കണ്ടു. സ്വന്തം ശരീരം തന്റേതല്ലന്നും അതുകൊണ്ട് അതിന്റെ വേദനയും പിടച്ചിലും താൻ അറിയുന്നില്ല എന്നുമുള്ള ഒരു ഭാവമത്രേ അതിന്റെ നോട്ടത്തിൽ. അല്പനേരം കഴിഞ്ഞപ്പോൾ ആ മാനിന്റെ ശരീരം അതിന്റെ കണ്ണുകൾപോലെതന്നെ നിശ്ചലമായിത്തീരുകയും തണുക്കുവാൻ തുടങ്ങുകയുംചെയ്തു. തന്റെ ചെറ്റയുടെ ചേതിയിൽ ഇരുന്ന് പാന്തം ചെത്തുന്ന കുങ്കർ കാടുപിളർന്ന് പാഞ്ഞുവരുന്ന കാട്ടുപോത്തിനെ കണ്ട് ഭയന്ന് ആ വിഭ്രാന്തിയിൽ ഓടി രക്ഷപ്പെടുവാൻ മറന്ന് അവിടെ മരവിച്ചിരുന്നു. വേലി തകർത്തുവന്ന ആ മൃഗം മുറ്റത്ത് അടിതെറ്റി വീണു. അതിന്റെ ഇടതു കണ്ണിലും പുഷ്ഠത്തിലും ഓരോ അമ്പ് തറഞ്ഞുകയറിയിരുന്നു. ശർക്കരക്കിഴങ്ങ് തേടി ശീവോതിക്കാവിന്റെ പരിസരത്തിൽ നടക്കുമ്പോൾ നീർച്ചാലിൽ ഇറങ്ങി വെള്ളം കുടിക്കുന്ന ആ കരുത്തനായ മൃഗത്തെ കുങ്കർ പലതവണ കണ്ടിട്ടുണ്ടായിരുന്നു. കൊട്ടംപാറയുടെ തിരിവിൽ ഇഞ്ചിക്കൃഷി ചെയ്യുന്ന കൊടുവൻ ഇഞ്ചിത്തൈകൾക്കിടയിൽ ചോരവാർന്ന് അനക്കമറ്റുകിടക്കുന്ന മുയലുകളെ കണ്ടു. ഒരമ്പ് രണ്ട് മുയലുകളെ ഒന്നിച്ച് കോർത്തിട്ടിരിക്കുന്നതും അയാൾ കണ്ടു. കാഞ്ഞിരമുക്കിനപ്പുറം കുന്നിമരങ്ങളുടെ ചുവട്ടിൽകിടക്കുന്ന തേറ്റപ്പന്നികൾ രക്തം വാർന്ന് മരിക്കാറായിട്ടും അമറിക്കൊണ്ടിരുന്നു. മണ്ണിൽ ഊറിക്കിടക്കുന്ന ചോര അവറ്റയുടെ ഇനിയും തോലുറച്ചിട്ടില്ലാത്ത കുഞ്ഞുങ്ങൾ നക്കിക്കൊണ്ടിരുന്നു. ഒടിവയ്ക്കുവാനായി പാമ്പിൻ മുട്ട തേടിയിറങ്ങിയ നീലാണ്ടന്റെ മുമ്പിൽ മുകളിൽനിന്നു നിലവിളിയോടെ ഒരു കുരങ്ങ് വന്നുവീണു. അതിന്റെ നട്ടെല്ലിൽ കൊണ്ട അമ്പ് അടിവയറ്റിലൂടെ പുറത്തേക്ക് എത്തിനോക്കുന്നു. കുരങ്ങന് പിറകെ മരക്കൊമ്പിൽനിന്ന് ഒരു വലിയ കാട്ടണ്ണാനും നിലം പതിച്ചു. മുകളിൽ നോക്കിയ നീലാണ്ടൻ മരച്ചില്ലകൾക്കിടയിലൂടെ മൂളിപ്പായുന്ന അമ്പ് കണ്ടു....

"ഇങ്ങനെയാച്ചാല് കാട്ടില് ഒരു ജീവീം ബാക്കീണ്ടാവില്ല....."

കുങ്കറുടെ മനസ്സിൽ ഇപ്പോഴും കണ്ണിൽ തറച്ച അമ്പുമായി കിടന്നു പിടയയ്ക്കുന്ന കാട്ടുപോത്തിന്റെ ചിത്രമാണ്.

"എരച്ചന്റെ അഹമ്മതി കൂടുന്നുണ്ട്. എനീം എരച്ചനെ ഇതിന് സമ്മതിച്ചുകൂടാ."

കുങ്കറുടെ കണ്ണുകൾക്കു മുമ്പിൽ കാട്ടുപോത്തെന്നപോലെ കൊടു

വന്റെ മനക്കണ്ണുകൾക്കു മുമ്പിൽ ഒരേ അമ്പിൽ കോർത്തുകിടക്കുന്ന രണ്ട് മുയലുകളുടെ ദയനീയചിത്രമാണ്.

"എന്താ ഈന് ഒരു പോംവഴി?"

"ഒടി വെക്കാം."

നീലാണ്ടൻ പറഞ്ഞു.

"ഒടി വെച്ചാല് എരച്ചൻ ചാകില്ലേ? അദ് വേണ്ട. എരച്ചന്റെ കൈയും കാലും ഒടിച്ചിട്ടാല് മതി."

കുങ്കർ അഭിപ്രായപ്പെട്ടു.

ഒന്നും പറയാതെ കുന്തിച്ചിരിക്കുന്ന കൊട്ടൂരൻ തന്റെ ആസനത്തിന്റെ ഭാരം വലതുകാലിൽനിന്ന് ഇടതുകാലിലേക്ക് മാറ്റി. കുറിയകാലുകളും വിരിഞ്ഞനെഞ്ചും ചുരുണ്ടമുടിയുമുള്ള കൊട്ടൂരൻ കാടിന്റെ യൗവനവും പൗരുഷവുമാണ്. അയാളുടെ തലയ്ക്കുള്ളിൽ ചില ആലോചനകൾ വെട്ടുകിളികളെപ്പോലെ പറന്നുകളിക്കാൻ തുടങ്ങി. ഓരോ തവണയും എരച്ചൻ കാട്ടിൽ വരുമ്പോൾ അത് അവിടെ നാശം വിതയ്ക്കുന്നു. ഇപ്പോൾ ദൂരെവെച്ചുതന്നെ എരച്ചനെ കാണുമ്പോൾ പക്ഷികൾ അയാളെ തിരിച്ചറിയുകയും ഭയന്നു പറക്കുകയും ചെയ്യുന്നു. നീലാണ്ടൻ ഒടിവെച്ചാൽ എരച്ചൻ മരിച്ചുവീഴുമെന്ന് കൊട്ടൂരന് അറിയാം. പക്ഷേ, എരച്ചൻ അങ്ങനെ പെട്ടെന്ന് ചാകാൻ പാടില്ല. നാണക്കേടുകൊണ്ട് അയാൾക്ക് മാലോകരുടെ മുഖത്ത് നോക്കാൻ കഴിയാതെ വരണം. വെറുപ്പും വിളറിയും കാരണം രാത്രി അയാൾക്ക് കണ്ണടയ്ക്കാൻ കഴിയാതെയാകണം. അമ്പ് കൊണ്ട് പിടയ്ക്കുന്ന മൃഗത്തെപ്പോലെ എരച്ചൻ കിടന്നുപിടയ്ക്കണം. കുന്തിച്ചിരിക്കുന്ന കൊട്ടൂരൻ പതുക്കെ എഴുന്നേറ്റു...

"നിയ്യെങ്ങോട്ടാ കൊട്ടൂരാ?"

"എരച്ചാന്റ്ടട."

"ഇപ്പൊ ന്തിനാ ആടപ്പോകുന്നത്?"

"തേന് വിക്കാൻ."

"എന്നും പോയാല് എരച്ചൻ ഇന്റെ തേന് മേടിക്ക്യോ?"

"എരച്ചന്റോള് മേടിക്കും."

തലേന്ന് വെയിലാറിയപ്പോൾ കാടിറങ്ങിയ കുങ്കർ വയൽവരമ്പിൽവെച്ച് കൊട്ടൂരനെ കണ്ടുമുട്ടുകയുണ്ടായി. കൊട്ടൂരൻ തേൻ വിറ്റ് മടങ്ങുകയായിരുന്നു.

"വരുമ്പോ ആ തമ്പായീന്റടുത്തൂന്ന് ഒരു കുര്യല് കൊണ്ടത്താ. എന്റോൾക്ക് ചന്തേല് അരി മേടിക്കാൻ കുര്യലില്ല."

ശീവോതിക്കാവിലെ ഉത്സവച്ചന്തയ്ക്ക് നാട്ടിൽനിന്ന് അരിക്കച്ചവടക്കാർ വരും. കുങ്കറുടെ കെട്ടിയവൾക്ക് വളരെ പ്രിയങ്കരമാണ് കാട്ടിൽ കിട്ടാത്ത ആ ജാതി അരി. അതുകൊണ്ട് വെച്ച ചോറ് തിന്നാൽ അവൾക്ക് മതിവരില്ല. കൊട്ടൂരൻ തേൻവിൽക്കാൻ പോകുമ്പോൾ അവർ അങ്ങനെ ഓരോ

ആവശ്യവുമായി വരും. പക്ഷേ, ഇന്ന് കൊട്ടൂരൻ അവരുടെ ആവശ്യങ്ങൾ ഒന്നും നിറവേറ്റിക്കൊടുക്കാൻ പോകുന്നില്ല. അയാൾ എല്ലാറ്റിലും വലിയ ഒരാവശ്യവുമായാണ് നാട്ടിൽ പോകുന്നത്. തന്റെ മനസ്സ് ആരെല്ലാമോ ഒരേ സമയം നാല് ഭാഗത്തേക്കും പിടിച്ച് വലിക്കുന്നതായി കൊട്ടൂരന് തോന്നി. ആ തോന്നലോടെ അയാൾ നീർച്ചാലിൽ ഇറങ്ങി ദേഹശുദ്ധി വരുത്തി. ചുമലിൽ തേൻ നിറച്ച മുളങ്കുഴലുകൾ തൂക്കി കാടിറങ്ങി.

"ന്താ കൊട്ടൂരാ വയി തെറ്റ്യോ?"

തലേ ദിവസംവന്ന് തേൻ വിറ്റുപോയ കൊട്ടൂരനെ വീണ്ടും മുളങ്കുറ്റി കളുമായി കടവിൽ കണ്ട് തമ്പായി ചോദിച്ചു. കൊട്ടൂരൻ അതിന് ചെവി കൊടുത്തില്ല. അയാളുടെ മനക്കണ്ണുകൾക്കുമുമ്പിൽ മൂളിപ്പറക്കുന്ന അമ്പു കളാണ്. തമ്പായിയുടെ പീടികയിൽ അടുക്കിവച്ച് കുരിയലുകൾ കണ്ടിട്ടും കുങ്കറുടെ കെട്ടിയവളുടെ ആവശ്യത്തെക്കുറിച്ച് അയാൾ ഓർത്തില്ല. അയാളുടെ ചെവികളിൽ വേട്ടയാടപ്പെടുന്ന മൃഗങ്ങളുടെ കരച്ചിൽമാത്രം. അമ്പും ആവനാഴിയുമായി കാട്ടിലേക്കുപോയ എരച്ചൻ തോണി യിൽനിന്ന് കരയിലേക്ക് എടുത്തുചാടുകയാണ് ഉണ്ടായത്. അതേപോലെ കാട്ടിൽനിന്ന് തേനുമായി നാട്ടിലേക്ക് പുറപ്പെട്ട കൊട്ടൂരൻ കരയിൽനിന്ന് തോണിയിലേക്ക് കുതിച്ചുചാടി. ചുമലിൽ തൂക്കിയിട്ട തേൻ നിറച്ച മുള ങ്കുറ്റികളുമായുള്ള അയാളുടെ ആ ചാട്ടം കാണികളെ അമ്പരപ്പിച്ചു. അവരെ സംബന്ധിച്ചിടത്തോളം അതൊരു അഭ്യാസം മാത്രമാണ്. കൊട്ടൂ രന്റെ ആ കുതിച്ചുചാട്ടത്തിന്റെ അർത്ഥവും പ്രസക്തിയും അറിയണമെ ങ്കിൽ എരച്ചന്റെ ചാട്ടവുമായി അതിനെ ബന്ധപ്പെടുത്തി കാണേണ്ടതുണ്ട്. അതിനു കഴിയാതെപോയ കടവിലെ മൂന്ന് കച്ചവടക്കാരും തോണിക്കാ രനും മുള കയറ്റുന്ന ചങ്ങാടക്കാരനും ഒരു സർക്കസുകാരനെ നോക്കു ന്നതുപോലെ കൊട്ടൂരനെ നോക്കി തൃപ്തിയടഞ്ഞു. കൊട്ടൂരന്റെ നെഞ്ചിലും വയറ്റിലും മുളങ്കുറ്റികളിൽനിന്ന് തുളുമ്പി വീണ തേൻ തുള്ളി കൾ കാണാം.

കുന്നുചുറ്റി പാടവും കടന്ന് നടക്കുമ്പോൾ സൂര്യൻ വയലിനപ്പുറം ഉരുണ്ടുവീഴുന്നത് അയാൾ കണ്ടു. പ്രകാശിക്കുന്ന ആകാശത്തിന്റെ പശ്ചാത്തലത്തിൽ എരച്ചന്റെ വീട് ഇരുണ്ടുകാണപ്പെട്ടു.

ക്രമേണ വയൽവരമ്പുകളും കറുത്തുവന്നു. വെള്ളം വറ്റിയിറങ്ങുന്ന തുപോലെ പാടങ്ങളിൽനിന്ന് വെളിച്ചം താണുപോയിരുന്നു. വിജനമായ ചിറയുടെ മുകളിൽ ഇരുൾ ചുരുൾ വിടർത്തുന്നത് ദൂരെനിന്നുതന്നെ കൊട്ടൂരൻ കണ്ടു. അടുത്തെത്തിയപ്പോൾ അയാളുടെ പരിഭ്രമിച്ച നോട്ടം വെള്ളത്തിൽ ഇറങ്ങിനില്ക്കുന്ന സ്ത്രീരൂപത്തിൽ ചെന്നുകൊണ്ടു. സന്ധ്യയിൽ ഇരുണ്ട ജലം അങ്ങിങ്ങ് തിരണ്ടുകിടന്നു. വെള്ളത്തിലേ ക്കിറങ്ങുന്ന ദ്രവിച്ച പടവുകളിൽ മെഴുക്കും താളിയിലനീരും പറ്റിപ്പിടിച്ചി രുന്നു. കൊട്ടൂരൻ ഒച്ചവയ്ക്കാതെ പതുക്കെ പടവുകൾ ഇറങ്ങി. വേഗ ത്തിൽ ചുറുചുറുക്കോടെ മാത്രം നടക്കുവാൻ അറിയുന്ന കൊട്ടൂരന്

അങ്ങനെ സാവധാനം പടവുകൾ ഇറങ്ങുവാൻ ബുദ്ധിമുട്ടേണ്ടിവന്നു. അഴിച്ചിട്ട തലമുടിയുടെ നനഞ്ഞ വാസന കൊട്ടൂരൻ അടുത്തറിഞ്ഞു. എന്നിട്ടും അവൾ അയാൾ തൊട്ടുപുറകിൽ നില്ക്കുന്നത് അറിയാത്തതുപോലെ നിന്നു.

"തമ്പ്രാട്ടീ...."

"ഇനിക്ക് എന്ത് വേണം കൊട്ടൂരാ?"

"തേന് കൊണ്ടന്നിട്ടുണ്ട്."

"ഇന്നലെയല്ലേ നിയ്യ് തേനുംകൊണ്ട് വന്നദ്?"

ഉള്ളിൽനിന്നുയരുന്ന മൃഗങ്ങളുടെ രോദനങ്ങളും പക്ഷികളുടെ നിലവിളികളും ഒതുക്കിനിർത്തി തന്റെ പരുക്കൻ ഒച്ച മയപ്പെടുത്തി കൊട്ടൂരൻ പറഞ്ഞു.

"ഇദ് വേറെ തേനാ. തമ്പ്രാട്ടി ഒന്ന് തൊട്ട് നാവിമ്മല് വെച്ച് നോക്ക്."

"നേര് പറയ്യ്. ന്തിനാ നിയ്യ് ഈ സന്ധ്യാനേരത്ത് വന്നദ്?"

"ഇതുവരെ മനസ്സ് സമ്മതിച്ചില്ല തമ്പ്രാട്ടീ ഇപ്പോ....."

"ഇപ്പോ മനസ്സ് സമ്മതിച്ചോ?"

ചിറയുടെ നടുവിലെ കറ്റവാഴത്തുരുത്തിൽ കണ്ണുനട്ട് പുറംതിരിഞ്ഞു നിന്ന മാമ്പി പെട്ടെന്ന് കൊട്ടൂരന്റെ നേരെ തിരിഞ്ഞു നിന്നു.

"പറയ്യ് ഇപ്പോൾ നിന്റെ മനസ്സ് സമ്മതിച്ചോ?"

"ഉം."

മാമ്പിയുടെ ഇരുണ്ട ഉടൽ ഇരുട്ടിൽനിന്ന് അടർന്ന് കൊട്ടൂരന്റെ നേരെ ചാഞ്ഞു. തേൻ മണക്കുന്ന ആ കുറിയ ശരീരത്തിൽ അവൾ ചേർന്നു നിന്നു. ചിറയുടെ പടവുകളിലെ ചുവന്ന വടുക്കൾ ഉണങ്ങി ഇരുണ്ട് ഇരുട്ടിൽ ലയിച്ചു. മെഴുക്കു പശയുള്ള അവളുടെ ഉടലിൽ കൊട്ടൂരൻ നിർദ്ദയം വേട്ടയാടിത്തുടങ്ങി. ദൂരെനിന്ന് കേൾക്കുന്ന മുറിവേറ്റ ഒരു പക്ഷിയുടെ കരച്ചിൽപോലുള്ള ഒരു ശബ്ദം അവളിൽനിന്ന് ഉയർന്നു. തുടർന്ന് അവളുടെ ദേഹത്തിൽനിന്ന് രോദനങ്ങളും നിലവിളികളും ഉയർന്നുവന്നു. ഇരുണ്ട ജലംപോലുള്ള ആകാശത്തിൽ പാതിരനക്ഷത്രം തെളിഞ്ഞപ്പോൾ കൊട്ടൂരൻ പടവുകൾ കയറി പാടത്തെ ലക്ഷ്യമാക്കി നടന്നു. കഴുത്ത് അമ്പേറ്റു പിളർന്ന് ചോരവാർന്നുകിടക്കുന്ന കുളക്കോഴിയെപ്പോലെ അപ്പോഴും ചിറയുടെ പടവിൽ നാഭിയിൽ ചോരയുമായി അവൾ അനക്കമറ്റുകിടന്നു.

വേട്ടക്കാർ സൂക്ഷിക്കുക.

******

കാമവും വിപ്ലവവും

ആലക്കോരിച്ചന്തയിൽവെച്ചാണ് മുളക്കുഴലുകളിൽ തേൻ നിറച്ച് വിൽക്കുവാൻ വന്ന തുള്ളിച്ചിയെ തലമുറിയൻ ആദ്യമായി കണ്ടത്. മുൻപിൽ തേൻകുട്ടയുമായി പൂത്ത മുരിക്കിന്റെ ചുവട്ടിൽ കാൽ കവച്ചു വെച്ച് ഇരിക്കുന്ന തുള്ളിച്ചിയെ ഒന്നു നോക്കിയതേയുള്ളൂ. തലമുറിയൻ കാമപരവശനായി. പുരമേയുവാൻവേണ്ടി ചൂടി വാങ്ങുവാൻ വന്ന അവൻ പുരയും ചൂടിയും മറന്നു.

'മുളക്കുറ്റിയിലെന്താ?'

'ഇനിക്ക് കണ്ണില്ലേ?'

'തേനാ?'

'കണ്ണ് കാണില്ലങ്കില് പോടാ ഇവ്ട്ന്ന്.'

യാതൊരു ദയയും കൂടാതെ അവൾ പറഞ്ഞു. അടുത്ത നിമിഷം അവന് നല്ലതുപോലെ കണ്ണുകാണുന്നുണ്ടെന്ന് അവൾക്ക് മനസ്സിലായി. കാരണം അവന്റെ നോട്ടം ഉടുത്തതിന് കീഴെ കാണുന്ന അവളുടെ കരിങ്കാലുകളിലാണ്.

'ഇന്റെ ഒരു നോട്ടം. പോടാ ഇവ്ട്ന്ന്.'

തുള്ളിച്ചി തലമുറിയനെ ആട്ടിപ്പായിക്കുവാൻ നോക്കി. കാമം വന്നവൻ കാടനായതുകൊണ്ട് അവൻ എങ്ങും പോയില്ല. എങ്ങ് പോകാൻ? അവൻ അവിടെത്തന്നെ പതുങ്ങിനിന്നു.

'തേനിനെന്താ വില?'

'കുറ്റിക്ക് മൂന്നര ഉറുപ്യ'

'അഞ്ചു കുറ്റിക്കെത്തരയാ?'

അതുകേട്ട് അവൾ ആകെ പരിഭ്രമിച്ചു. ഒരു കുറ്റിക്ക് മൂന്നരയാകുമ്പോൾ അഞ്ചിന്...

'ഞ്ഞി പറ.'

തലമുറിയൻ ആകെ പരിഭ്രമിച്ചു. ഒരു കുറ്റിക്ക് മൂന്നരയാകുമ്പോൾ അഞ്ച് കുറ്റിക്ക്.... അവനും കണക്കു കൂട്ടുവാൻ കഴിഞ്ഞില്ല.

'ഇനിക്കും അറീല്ലെ?'

അഞ്ച് പോകട്ടെ മൂന്ന് കുറ്റിക്ക് എന്താകും എന്നുപോലും അറിയാത്ത തലമുറിയന് തന്റെ അജ്ഞത പ്രകടിപ്പിക്കുവാൻ മടിതോന്നി. കാമിക്കുന്ന കരിങ്കാലുള്ള പെണ്ണല്ലേ?

വെയിലാറിയപ്പോൾ എരിക്ക് വളർന്നുകിടക്കുന്ന നാട്ടുപാതയിലൂടെ ചന്തയിലേക്ക് ആളുകൾ വന്നുതുടങ്ങി. മഴക്കാലം വരാറായി. പുരമേയാൻ സമയമായതുകൊണ്ട് ചൂടി വിൽക്കുന്നവർക്കാണ് ഏറെ കച്ചവടം. തേനിന് വലിയ ചെലവൊന്നുമില്ല. അരമണിക്കൂർ നേരം മുരിക്കിൻചുവട്ടിൽ ഇരുന്നിട്ടും ഒരു കുറ്റിയും വിറ്റില്ല. നരച്ച കുടചൂടി എത്തിയ കാരണവർ തേൻ വാങ്ങി മണപ്പിച്ച് നെറ്റിചുളിച്ച് കുറ്റി തിരികെ കൊടുത്ത് സ്ഥലം വിട്ടു.

'ഇന്റെ പേരെന്താ?'

ഇപ്പോഴും അവിടെ ചുറ്റിപ്പറ്റിനിൽക്കുകയാണ് തലമുറിയൻ.

'ഞ്ഞി പോടാ.'

അവൾക്ക് കലി വരുകയാണ്. ശരിക്ക് കലിവരുകയാണ്. വെയിൽ വറ്റി. ആർക്കും വേണ്ട തേൻ. ചൂടിക്കു മാത്രമല്ല, സോപ്പിനും നല്ല ചെലവുണ്ട്. സോപ്പുകച്ചവടക്കാരന്റെ കൈയിൽ തിരുമ്പുവാനുള്ള വാര സോപ്പ് മാത്രമല്ല, കുളിക്കുവാനുള്ള വാസനസോപ്പുമുണ്ട്. ഈ തേനെല്ലാം എന്തു ചെയ്യും?

'ഇന്റെ മംഗലം കയിഞ്ഞോ?'

തുള്ളിച്ചി ഒരു പിടി ചരൽവാരി തലമുറിയന്റെ മുഖത്തേക്ക് എറിഞ്ഞു. ഒരു ചെറിയ കല്ല് അവന്റെ കണ്ണിൽകൊണ്ടു. ചന്തയിൽ ഇരിക്കുന്ന കച്ചവടക്കാരുടേയും മറ്റ് ആളുകളുടേയും ചിത്രങ്ങൾ മങ്ങി മരവിച്ചുവന്നു. കല്ലേറ്റ ഇടതുകണ്ണ് കലങ്ങിച്ചുവന്നു.

'ഇവ്ട്ന്ന് പോയില്ലെങ്കില് ഇവന്റെ മറ്റേകണ്ണും എറിഞ്ഞ് പൊട്ടിക്കും.'

തുള്ളിച്ചി ഒരുപിടി ചരൽകൂടിവാരി അവന്റെ മുഖത്തിന് നേരെ ഓങ്ങി. അതുകൊണ്ട് എന്തു ഫലം? കലങ്ങിയ കണ്ണുകൊണ്ടും കലങ്ങാത്തകണ്ണുകൊണ്ടും അവളെ നോക്കി നുണച്ചുകൊണ്ട് തലമുറിയൻ മുരിക്കിന്റെ പരിസരത്തിൽ ചുറ്റിപ്പറ്റിനിന്നു.

അവൻ അങ്ങനെ അവിടെ വന്നു നിന്നതുകൊണ്ടാണ് ഇന്ന് കച്ചവടം മോശമായത് എന്ന് അവൾ നിനച്ചു. മുരിക്കിന്റെ മുകളിൽനിന്നു പറക്കും പാമ്പ് വന്ന് അവനെ കൊത്തട്ടെ എന്ന് അവൾ കള്ളത്തി ഭഗവതിയോട് പ്രാർത്ഥിച്ചു ഭഗവതിയുടെ കുരുത്തോലമുടിയിൽ ഫണം വിടർത്തിനിൽക്കുന്ന പറക്കും പാമ്പുകളെ കാണാം. കാവിലെ ആട്ടം കഴിഞ്ഞാൽ പാമ്പുകൾ തിരികെ മുരിക്കിൻമുകളിൽ പറന്നുചെന്നിരിക്കും.

ആലക്കോരി പാറയിന്മേൽ രക്തസ്രാവമുണ്ടായി. സൂര്യൻ പാറയുടെ അപ്പുറത്തേക്ക് ഉരുണ്ടുവീണു. ആഴ്ചച്ചന്തയിലും രക്തം പൊടിഞ്ഞു. ചന്ത ഇരുളുന്നതിനു മുൻപ് ചൂടിക്കാരനും സോപ്പുകാരനും കച്ചവടം മതിയാക്കി വീർത്ത മടിശ്ശീലയോടെ ഊരിലേക്ക് മടങ്ങി. കാട്ടുമഞ്ഞൾ വിൽക്കുന്ന ഏമ്പോക്കി ഒരു മണ്ണെണ്ണവിളക്ക് കത്തിച്ച് അതിന്റെ പുകയ്ക്ക് മുൻപിൽ തപസ്സിരുന്നു. തുള്ളിച്ചിയുടെ കൈയിൽ വിളക്കില്ല. പതിവായി അന്തിക്കുമുൻപ് മുഴുവൻ തേനും വിറ്റ് മടിനിറയെ പൈസയുമായി തിരിച്ചുപോകുന്ന അവൾക്ക് വിളക്കിന്റെ ആവശ്യം വരാറില്ല. അവൾ എഴുന്നേറ്റുപോയി ചണ്ടിയും ഉണക്കക്കൊള്ളിയും വാരിക്കൊണ്ടുവന്ന് തീകൂട്ടി വെളിച്ചമുണ്ടാക്കി. ഈ ഇരുട്ടിൽ ആരെങ്കിലും തേൻ വാങ്ങാൻ വരുമോ? വന്നാൽ കുറ്റിക്ക് രണ്ടര ഉറുപ്പികവച്ച് കൊടുക്കുവാനും ഇപ്പോൾ അവൾ തയ്യാറാണ്.

തലമുറിയൻ ഇപ്പോഴും തീയിന്റെ വെളിച്ചത്തിൽ അവളെ നോക്കി കുന്തിച്ചിരിക്കുകയാണ്. അവൻ കാരണമാണ് തന്റെ കച്ചവടം മോശമായത് എന്ന് അവൾക്ക് ഉറപ്പാണ്.

'ഇങ്ങനെ നോക്ക്യാല് തീക്കൊള്ളികൊണ്ട് തന്റെ കണ്ണ് ഞാൻ കുത്തിപ്പൊട്ടിക്കും.'

'പൊട്ടിച്ചോ.'

തീയിന്റെ വെളിച്ചത്തിൽ മുരിക്കിൻചുവട്ടിൽ കാലുകൾ കവച്ചുവെച്ചിരിക്കുന്ന തുള്ളിച്ചി അവനെ ഭ്രാന്തുപിടിപ്പിച്ചു. കള്ളത്തിഭഗവതിയുടെ കാരുണ്യം ഒന്നുകൊണ്ട് മാത്രമാണ് അവൻ അവിടെ അങ്ങനെ അടങ്ങിയിരിക്കുന്നത്.

'പുരേല് പോയി കിടന്നുറങ്ങിക്കോളൂ.' ചാക്കിൽ മഞ്ഞൾ വാരിയിടുന്നതിനിടയിൽ ഏമ്പോക്കി വിളിച്ചുപറഞ്ഞു. 'ഇനി ഇവിടെ ഇരുന്നോണ്ട് ഒരു ഗുണോംല്ല. ന്റെ തേന് ഇനി ആരും മേടിക്കില്ല.'

ചന്ത ഒഴിഞ്ഞു. ഇരുട്ടിൽ അവിടവിടെ മുനിഞ്ഞുകത്തുന്ന ഏതാനും വെളിച്ചങ്ങൾ മാത്രം കാണാം. തുള്ളിച്ചിയെപ്പോലെ തപസ്സിരിക്കുന്നവരാണ് അവർ. ഏമ്പോക്കി ഊതിയ വിളക്കിലെ വെളിച്ചം പിടഞ്ഞു മരിച്ചു. തുള്ളിച്ചിയുടെ മുമ്പിലെ ചണ്ടിത്തീയും അണയാറായി.

'ചണ്ടി വേണോ?'

അല്പം ദൂരെ കുന്തിച്ചിരിക്കുന്ന തലമുറിയൻ തിരക്കി.

'ഇന്റെമ്മയോട് ചോദിക്ക്.'

ചത്ത പശുവിന്റെ ഇറച്ചിതിന്ന് ചത്തുപോയ അമ്മയെ പറയുന്നത് കേട്ടപ്പോൾ തലമുറിയന് സഹിച്ചില്ല. എങ്കിലും അവൻ തന്റെ ഉള്ളം നിയന്ത്രിച്ചു. പെറ്റമ്മയോടുള്ള സ്നേഹത്തേക്കാൾ വലുതാണ് തുള്ളിച്ചിയോടുള്ള കാമം.

ചന്തയിലെ വെളിച്ചങ്ങൾ എല്ലാം കെട്ടു. കച്ചവടക്കാർ ഓരോരുത്തരായി ചൂട്ടു മിന്നിച്ചുകൊണ്ട് സ്ഥലം വിട്ടു. ചന്തയിലിപ്പോൾ ചാന്തുപോലുള്ള ഇരുട്ടാണ്. ആകാശത്തിലാണെങ്കിൽ കുഞ്ഞുങ്ങൾ തൂറിവെച്ചതുപോലെ അവിടവിടെ കുറേശ്ശെ മേഘങ്ങൾ.

ഒരു ചുടുനിശ്വാസത്തോടെ തുള്ളിച്ചി തേൻതുളുമ്പുന്ന മുളക്കുറ്റികൾ എടുത്തു കുട്ടയിൽ വച്ചു. കത്തിയണയുന്ന ചണ്ടിത്തീയിൽനിന്ന് ചൂട്ടിൽ തീ പറ്റിച്ചു. കുട്ട തലയിൽ വച്ച് ചൂട്ട് വീശിക്കൊണ്ട് അവൾ പുരയിലേക്കു നടന്നു. എഴുന്നേറ്റ് തലമുറിയൻ അവളെ പിൻതുടർന്നു.

'ഇന്റെ പൊരയെവിടാ?'

'ഇന്റമ്മേന്റാട.'

അവൾ വീണ്ടും അമ്മയെ പറയുന്നു. കള്ളത്തിഭഗവതിയെ മനസ്സിൽ നിരീച്ച് അവൻ രോഷമടക്കി. ചൂട്ടിന്റെ വെളിച്ചത്തിൽ അവളെ തൊട്ടു തൊട്ടില്ല എന്ന മട്ടിൽ അവൻ പിറകെ നടക്കുകയാണ്.

'ഞ്ഞി ന്റെ വയ്യേ വരുന്നത് വെറുതെയാ' അവൾ പറഞ്ഞു: 'അങ്ങനെ കണ്ടോന്റെ വലയില് വീഴുന്നോളല്ല ഈ തുള്ളിച്ചി.'

'പേര് തുള്ളിച്ചീന്നാ, ല്ലേ?'

ആഹ്ളാദത്തോടെ തലമുറിയൻ കാട്ടുവഴിയിൽനിന്നു മേലോട്ടൊരു ചാട്ടം. നേരത്തെ പേര് ചോദിച്ചപ്പോൾ പറഞ്ഞില്ലല്ലോ. മണ്ടത്തരം പറ്റിയ തുള്ളിച്ചി നഖം കടിച്ചു.

'ന്റെ പേര് തലമുറിയൻ ന്നാ.'

അവൻ സ്വയം സ്വന്തം പേര് പറഞ്ഞു. അവൾ ഒന്നും പറഞ്ഞില്ല. അവൻ അവളെ മണത്തുകൊണ്ട് പിറകെ നടന്നു. ചൂട്ട് എരിഞ്ഞു തീരാറായി. എങ്കിലും ഇനിയും ഒരുപാട് വഴി പോകാനുണ്ട്. ഒരുത്തൻ പിറകെ മണപ്പിച്ചു വരുമ്പോൾ കൂരിരുട്ടിൽ എങ്ങനെ അത്രയും ദൂരം പോകും?

'ചൂട്ട് കെടാറായി. കുട്ടയിങ്ങ് താ. എന്നിട്ട് നമ്മക്ക് വേഗം നടക്കാം.'

കനമുള്ള കുട്ടയ്ക്കുവേണ്ടി അവൻ കൈനീട്ടിയപ്പോൾ അവൾ അവന്റെ നേരെ ആളുന്ന കൺപന്തങ്ങൾ എറിഞ്ഞു. അവനെ വില വയ്ക്കാതെ അവൾ ധൃതിയിൽ കുപ്പയിലേക്കു നടന്നു. അവിടെയാണ് അവളുടെ പുര. പശപോലെ ഒട്ടുന്ന ഇരുട്ടിൽ എന്തെല്ലാമോ ജീവികൾ അനങ്ങുന്നുണ്ട്. ഇതിനുമുമ്പൊരിക്കലും ഇത്രവൈകി ഈ കാട്ടുവഴിയിലൂടെ അവൾ നടന്നിട്ടില്ല. വൈകാതെ ചൂട്ട് കെടുകയും ചെയ്തു. ഇപ്പോളവൾ മുൻപിൽ നടക്കുന്നുണ്ട് എന്ന് അവന് മനസ്സിലായത് ഇരുട്ടിൽ നീങ്ങുന്ന ഉടുതുണിയുടെ വെളുപ്പ്കൊണ്ട് മാത്രമാണ്. കാട്ടുവഴി കുപ്പയിൽ അവസാനിക്കുന്നതിനുമുൻപ് എന്തങ്കിലും ചെയ്യുന്നുണ്ടെങ്കിൽ ചെയ്യണം. അവൻ മനസ്സുനിറയെ കള്ളത്തിഭഗവതിയെ നിരീച്ച് മുൻപിൽ കണ്ട വെളുപ്പിനുനേരെ കൈ നീട്ടി. ഉടുതുണി അഴിഞ്ഞുപോന്നു.

അതോടെ ഇരുട്ടിൽ അവൾ അപ്രത്യക്ഷയായി. കറുത്തിരുണ്ട അവളുടെ ശരീരം ഇരുട്ടിൽ വേർതിരിച്ചറിയാൻ കഴിഞ്ഞില്ല. മുൻപിൽ കൂരിരുട്ട് മാത്രം.... ഉടുത്തത് അഴിച്ചത് മണ്ടത്തരമായിപ്പോയി എന്ന് അവന് മനസ്സിലായി....

'തുള്ളിച്ചീ, ഞ്ഞി എവിടെ?'

ഇരുട്ടിൽ അവൻ നാലുപാടും തപ്പി. ഒരിക്കൽ കുനിഞ്ഞു തപ്പുമ്പോൾ അവളുടെ വിയർത്ത അരക്കെട്ട് കൈയിൽ തടഞ്ഞു. ഇരുട്ടിൽ ഒരു വലിയ മീനിനെപ്പോലെ അവളുടെ കരിങ്കാലുകൾ അവന്റെ കൈകളിലൂടെ വഴുതിപ്പോയി. അവൻ വള്ളികളിലും മുൾപ്പടർപ്പുകളിലും തട്ടിയും മുട്ടിയും മുന്നോട്ടു നീങ്ങി. വീണ്ടും അവൾ കൈയിൽ തടഞ്ഞില്ല. ഉടുതുണിയില്ലാതെ അവൾ എവിടെപ്പോകുവാൻ? അന്ധകാരത്തിൽ അവൾ മറഞ്ഞിരിപ്പുണ്ട് എന്ന് അവന് ഉറപ്പാണ്.

അവസാനം അവൻ ദൂരെ വെളിച്ചം കണ്ടു. കൊടുങ്കാറ്റിൽപെട്ട കപ്പൽ കരയടുക്കുന്നതുപോലെ കൈയിൽ തുള്ളിച്ചിയുടെ ഉടുത്തതുമായി തലമുറിയൻ കുപ്പയിൽ എത്തി. അവിടെ ചിലകുടിലുകളിൽ വെളിച്ചം ക്ഷയിക്കുന്നതു കാണാം.

'തുള്ളിച്ചിയുടെ പുരയേതാ?'

'ഇദ്‌തന്നെ.'

തുള്ളിച്ചിയുടെ തന്ത നായിന്റെ മോൻ തല വെളിയിൽ കാട്ടി. ഉള്ളിൽ ഒരു ചിമ്മിനി വിളക്ക് പുകയുന്നുണ്ട്. തലമുറിയൻ തന്തയെ വന്ദിച്ചു.

'ഇനിക്കെന്ത് മേണം?' നായിന്റെ മോൻ ചോദിച്ചു: 'ഞ്ഞി ആരാ?'

'ഉടുത്തത് തരാൻ വന്നതാ.'

'ആര്ടെ?'

'തുള്ളിച്ചീന്റെ.'

നായിന്റെ മോന്റെ ചുളിഞ്ഞ നെറ്റിയിൽ കൂടുതൽ ചുളിവുകൾ വീണു. മുറിയുടെ ഒരു കോണിൽ ചാരിയിരുന്ന് തലയിൽനിന്നും ഈരെടുക്കുന്ന തുള്ളിച്ചിയുടെ തള്ള തേവിടിച്ചി എഴുന്നേറ്റ്വന്ന് തലമുറിയന്റെ കൈയിലെ ഉടുതുണിയിൽ നോക്കി. 'ന്റെ മോളെ ഉടുത്തത് ഇന്റെ കൈയില് എങ്ങനെവന്നു?

നായിന്റെ മോന് അതറിയണം. തേവിടിച്ചിക്കും അറിയേണ്ടത് അതുതന്നെയാണ്. തലമുറിയൻ എന്തോ പറയാൻ തുടങ്ങുമ്പോഴേക്ക് വാതിലിനുവെളിയിലെ ഇരുട്ടിൽ ഒരനക്കം. ഇരുട്ടിൽ വന്നുനിൽക്കുന്ന തുള്ളിച്ചി. അവളുടെ ശരീരത്തിന് ഇരുട്ടിനോളം കറുപ്പുള്ളതുകൊണ്ട് ഉടുതുണിയില്ലാതെയാണ് അവൾ നിൽക്കുന്നത് എന്ന് തന്തയ്ക്കും തള്ളയ്ക്കും മനസ്സിലായില്ല. തലമുറിയന് മാത്രം അറിയാം ആ രഹസ്യം.

'നീ എന്താ കള്ളത്തിയെപ്പോലെ ഒളിച്ചിരിക്കുന്നത് തുള്ളിച്ചീ?'

തേവിടിച്ചി ചോദിച്ചു.

'തലമുറിയനോട് പോകാൻ പറയ്. അല്ലെങ്കില് ഓന്റെ കണ്ണ് കുത്തിപ്പൊട്ടിക്ക്.'

'നീ ഇങ്ങ് കേറിവാ പെണ്ണേ.'

'ന്റെ ഉടുത്തതിങ്ങ് താ.'

'ഞ്ഞി ഉടുത്തിട്ടില്ലേ?'

തുള്ളിച്ചി മിണ്ടാതെ നിന്നു. നായിന്റെ മോൻ സംശയത്തോടെ തലമുറിയന്റെ മുഖത്തും അവന്റെ കൈയിലെ തുണിയിലും മാറിമാറി നോക്കി.

'ഉടുത്തത് കൊടുക്ക്.'

നായിന്റെ മോൻ കല്പിച്ചു.

'വിളക്ക് കാട്ട്.'

തലമുറിയൻ പറഞ്ഞു.

'അയ്യോ വിളക്ക് കാട്ടല്ലേ.'

തുള്ളിച്ചി വിലക്കി. തേവിടിച്ചി അതിനകം വിളക്ക് കാട്ടി. തലമുറിയൻ വെളിയിലിറങ്ങി ഉടുതുണി നീട്ടി. അവൾ അവന്റെ കൈയിൽനിന്ന് അതുതട്ടിപ്പറിച്ച് അരയിൽ ചുറ്റി.

'തലമുറിയനെ തച്ച് പായ്ക്ക്. അല്ലെങ്കില് ഞാൻ പുരയില് കേറില്ല.'

'ഞ്ഞി ഇങ്ങ് കേറ് മോളെ.'

'തലമുറിയനെ പായ്ക്ക്.'

'ഓനിവിടെ നിന്നോട്ടെ.'

തേവിടിച്ചി പറഞ്ഞു. തള്ളയ്ക്ക് ഊക്കും ഉശിരുമുള്ള ആ ചെക്കനെ നന്നായി പിടിച്ചു. അവൾ നായിന്റെമോനെ കെട്ടുമ്പോൾ അയാൾക്കും ഇങ്ങനെ ഊക്കും ഉശിരുമുണ്ടായിരുന്നു. തന്തയും തള്ളയും താഴെ ഇറങ്ങി പൊന്നുമോൾ തുള്ളിച്ചിയെ കൈ പിടിച്ച് അകത്തേക്കു കയറ്റി.

'ഞ്ഞി എവിട്ന്നാ?'

'ആലക്കോരിപ്പാറയുടെ അപ്പുറത്ത്ന്ന്.'

'ആട്ണ്ടോ?'

'ഉണ്ടേ.'

'എത്തിര?'

'പന്തിരണ്ട്.'

'മതി.' നായിന്റെ മോൻ തലകുലുക്കി. തുള്ളിച്ചിയെ തലമുറിയന് കൊടുക്കുവാൻ അയാൾ നിശ്ചയിച്ചു കഴിഞ്ഞു. ഊക്കും ഉശിരുമുണ്ട്. പന്ത്രണ്ടാടും ഇതിൽ കൂടുതൽ എന്തുവേണം?

പക്ഷേ തുള്ളിച്ചി വഴങ്ങിയില്ല. ചത്താലും, കള്ളത്തിഭഗവതിയാണേ നേര്, ഞാൻ തലമുറിയന്റെ കൂടെ പോകില്ല. അവൾ വാശിപിടിച്ചു.

തന്തയും തള്ളയും മോഹിപ്പിച്ചു നോക്കി. അവൾ വഴങ്ങിയില്ല. കള്ളത്തിഭഗവതിയെപ്പിടിച്ച് വീണ്ടും വീണ്ടും ആണയിട്ടു. അവസാനം തന്തയും തള്ളയും കീഴടങ്ങി.

'തലമുറിയാ, ഞ്ഞി പോ.'

നിലത്ത് കുന്തിച്ചിരുന്ന് തുള്ളിച്ചിയെത്തന്നെ നോക്കുന്ന തലമുറിയന്റെ മുഖത്ത് ദീനഭാവം തെളിഞ്ഞു. നായിന്റെ മോൻ അവന്റെ അരികത്തുചെന്ന് അവനെ പിടിച്ചെഴുന്നേൽപ്പിച്ച് വാതിലിന് വെളിയിലാക്കി. തലമുറിയൻ പോകാതെ അവിടെത്തന്നെ അകത്തിരിക്കുന്ന തുള്ളിച്ചിയെ കണ്ണിമപൂട്ടാതെ നോക്കിനിന്നു. ക്രുദ്ധയായ അവൾ എഴുന്നേറ്റ് അവന്റെ മുഖത്ത് ചെറ്റവാതിൽ വലിച്ചടച്ചു. അപ്പോൾ കുടിലാകമാനം കുലുങ്ങി.

പുലരാറായപ്പോൾ കള്ളത്തിഭഗവതി അവളെ വിളിച്ചുണർത്തി. വിളക്ക് കത്തിക്കാതെ അവൾ ചെറ്റവാതിലിന്റെ വിടവിലൂടെ പുറത്തേക്ക് നോക്കി. ഇരുട്ടിൽ അപ്പോഴും നിശ്ചലം നിൽക്കുന്നു തലമുറിയൻ.....

അടുത്ത ആഴ്ചച്ചന്തയ്ക്ക് കുട്ടനിറയെ തേൻകുറ്റികളുമായി നേരത്തെ എത്തിയ തുള്ളിച്ചി എങ്ങും തിരഞ്ഞെങ്കിലും തലമുറിയനെ കണ്ടില്ല. അവനെ കാണിക്കാനായി അവൾ കരിങ്കാലുകൾ എണ്ണപുരട്ടി മിനുക്കിയിരുന്നു. അടുത്ത ആഴ്ചച്ചന്തയ്ക്കും അവൻ വന്നില്ല. എണ്ണക്കറുപ്പുള്ള സ്വന്തം കാലുകളിൽ നോക്കി അവൾ ചുടുനിശ്വാസം ഉതിർത്തു.

കാട്ടുമഞ്ഞൾ വിൽക്കുന്ന ഏമ്പോക്കിക്ക് തലമുറിയന്റെ കുടിലിലേക്കുള്ള വഴി അറിയാം. തേൻകുട്ട ഏമ്പോക്കിയെ ഏൽപ്പിച്ച്, അവൾ അവന്റെ കുടിലിലേക്ക് പുറപ്പെട്ടു.

പനയോല മേഞ്ഞ കുടിലിന്റെ മുൻവശം നിറയെ കൃഷ്ണമണികൾ പോലുള്ള ആട്ടിൻപിട്ട ഉതിർന്നുകിടക്കുന്നു. പരിസരത്തിൽ ആരേയും കണ്ടില്ല. തലമുറിയന്റെ തന്ത പെറുക്കി ആടുകളെ മേയ്ക്കുവാൻ പോയിരുന്നു. ഇനി വെയിൽ താണാൽ മാത്രമേ പെറുക്കി ആടുകളുമായി തിരിച്ചുവരികയുള്ളൂ.

'തലമുറിയാ'

അവൾ മന്ത്രിച്ചു. കുടിലിൽ അനക്കമില്ല. അല്പനേരം കാത്തുനിന്ന ശേഷം അവൾ ചേതിയിലേക്കു കയറി. അടഞ്ഞ ചെറ്റവാതിലിൽ കൈവെച്ചുകൊണ്ട് അവൾ കാതോർത്തു. ഉള്ളിൽ ആരോ ഉണ്ട്. ഒരനക്കം കേൾക്കുന്നുണ്ട്.

'തൊറക്ക്.'

'ആരാ?'

അകത്തുനിന്നുകേട്ട തലമുറിയന്റെ ശബ്ദം അവളെ കോരിത്തരിപ്പിച്ചു.

'ഇന്റെ തുള്ളിച്ചി. തൊറക്ക്.'

'ഇല്ല.'

തുള്ളിച്ചിക്ക് സ്വന്തം കാതുകളെ വിശ്വസിക്കാൻ കഴിഞ്ഞില്ല. ചന്തയിൽ തനിക്കുവേണ്ടി തപസ്സിരുന്നവനോ ഇത്? കൂരിരുട്ടിൽ കല്ലും മുള്ളും ചവിട്ടി പിറകെ വന്നവനോ ഇത്? പാതിരാമഞ്ഞേറ്റ് കുടിലിനു വെളിയിൽ ഉറക്കമിളച്ചു നിന്നവനോ ഇത്?

'തൊറക്ക് തലമുറിയാ.'

അവൾ കേണു തുറന്നില്ല. ചെറ്റയുടെ വിടവിലൂടെ നോക്കിയപ്പോൾ ഉള്ളിലാകെ ഒരു ചുവപ്പുമയം കണ്ടു അവൾ.

'തൊറക്ക്.'

'ഇല്ല.'

'കരിങ്കാലുകാണിച്ചു തരാം. കരിമൊലേം കാണിച്ചുതരാം. തൊറക്ക് പൊന്ന് തലമുറിയാ.'

എന്നിട്ടും തുറന്നില്ല. അകത്ത് തികഞ്ഞ മൗനം. നിന്നുനിന്ന് കാൽകഴച്ച തുള്ളിച്ചിയുടെ കരിങ്കണ്ണിൽ വെള്ളം പൊട്ടി. ആലക്കോരിച്ചന്തയിൽ ഇരുട്ട് വീണിരിക്കും. ചൂട്ടുകത്തിച്ച് തനിയെ തിരികെ പോകേണ്ടിവരും. അവൾ ചെറ്റവാതിലിൽ തലചായ്ച്ചുവെച്ച് തേങ്ങിക്കരഞ്ഞു.

പെട്ടന്ന് ചെറ്റവാതിൽ തുറന്നു. അതിൽ തലചായ്ച്ച് തേങ്ങുന്ന തുള്ളിച്ചി തെറിച്ചു വീണു. കൈയിലെ ചെങ്കൊടി അവളുടെ മുഖത്തിനു മുകളിൽ ആഞ്ഞുവീശിക്കൊണ്ട് അവൻ ഗർജ്ജിച്ചു:

'ഈങ്കിലാബ് സിന്ദാബാദ്. രക്തസാക്ഷികൾ സിന്ദാബാദ്.'

കിടന്നിടത്തുനിന്ന് അവൾ മുഖം ഉയർത്തിയപ്പോൾ നീർപൊട്ടിയ അവളുടെ കണ്ണുകൾക്കു മുമ്പിലെ ചുവപ്പുരാശിയിൽ അവൻ ആകെ വിജൃംഭിച്ചുനിന്നു.

******

ഭാവി

ശ്രീദേവി ദൽഹിയിൽ ജനിച്ചു വളർന്ന ഒരു കുട്ടിയാണ്. നിറം ഇളം കറുപ്പാണെങ്കിലും അഴകുള്ള ഒരു കുട്ടിയാണ് അവൾ. നീ വലുതായാൽ ഒരു ദൽഹിക്കാരനെ കല്യാണം കഴിച്ച് ഇവിടെ കഴിഞ്ഞുകൊള്ളൂ. ചില പ്പോൾ അച്ഛനും അമ്മയും അവളെ കളിയാക്കി പറയും. വയസ്സുകാലം ഞങ്ങൾ നാട്ടിൽ തിരികെചെന്ന് മരിച്ചുകൊള്ളാം.

ശ്രീദേവി എന്നും അവളുടെ കൂട്ടുകാരി പിങ്കിയുടെ കൂടെയാണ് സ്കൂളിൽ പോകുക. അവൾ വെളുത്തിട്ടാണ്. കൈകളും കവിളുകളും മാംസളമാണ്.

"ശ്രീദേവി, നിനക്ക് ഇന്ന് സ്കൂളില്ലേ? നോക്കൂ, നേരം വെളുത്തു."

അമ്മ അരികിൽ വന്നുനിന്ന് പറഞ്ഞു. സൗദാമിനി എന്നാണ് അവ രുടെ പേര്. അവർ മകളുടെ പുതപ്പ് മുഖത്തുനിന്ന് മാറ്റിയപ്പോൾ അവൾ ശൈത്യം അറിഞ്ഞു. കൈത്തറിത്തുണികളുടെ പ്രദർശനത്തിന് അമ്മ വാങ്ങിയതാണ് ആ പുതപ്പ്. അന്ന് അവിടെ വിറ്റ എല്ലാ തുണിത്തര ങ്ങൾക്കും മുപ്പത് ശതമാനം വിലക്കുറവുണ്ടായിരുന്നു.

അമ്മ അടുക്കളയിൽ കയറി എന്തെല്ലാമോ പണി ചെയ്തു. പണിക്കാ രത്തി വരാൻ വൈകും. ആന്ധ്രക്കാരിയായ അവളുടെ പേര് കുപ്പമ്മ എന്നാ ണ്. അമ്മ തിരികെ വരുമ്പോഴും ശ്രീദേവി പഴയപടി കിടക്കുകയാണ്.

നല്ല കഥ. അമ്മ പറഞ്ഞു. ബസ്സ് നിന്നെ കാത്തുനില്ക്കും എന്നാണോ നിന്റെ വിചാരം? അമ്മ നെറ്റിയിൽ ഒരു ഭസ്മക്കുറി തൊട്ടിരുന്നു.

അവർ കഴുത്തുവരെ പുതച്ചിരുന്ന മകളുടെ പുതപ്പ് എടുത്തുമാറ്റി. മുട്ടിനുമുകളിൽ കയറിക്കിടക്കുന്ന ഉടുപ്പ് താഴ്ത്തിയിട്ട് അവൾ വീണ്ടും ചുരുണ്ടുകിടന്നു. അവൾ ഒരു സ്വപ്നം കാണുവാൻ തുടങ്ങി. ശമ്പളം കിട്ടിയപ്പോൾ അച്ഛൻ അവളെ കൊണാട്ട് പ്ലെയ്സിൽ കൊണ്ടുപോയി, അവൾക്ക് ഒരു പുതിയ സ്കർട്ടും ടോപ്പും വാങ്ങിക്കൊടുക്കുന്നു.

"അവൾ കുറച്ചുനേരംകൂടി കിടന്നോട്ടെ. അച്ഛൻ പറഞ്ഞു. മണി ആറായിട്ടില്ല."

അമ്മ ഉണ്ടാക്കിയ ചൂട് ചായകുടിച്ചുകൊണ്ട് അച്ഛൻ ആപ്പീസിലെ കാര്യങ്ങൾ ചിന്തിച്ചിരിക്കുകയാണ്.

"നിങ്ങളാണ് പെണ്ണിനെ ചീത്തയാക്കുന്നത്. അമ്മ പറഞ്ഞു. കുട്ടികള് നേരത്തേ ഉണരണം. എങ്കിലേ വീട്ടിന് ഐശ്വര്യം ഉണ്ടാകൂ."

അവർ മകൾക്ക് ഒരു ചെറിയ അടികൊടുത്തു. അവൾ എഴുന്നേറ്റു തുടകൾക്കിടയിൽ കൈകൾ തിരുകി തല കുനിച്ചിരുന്നു. കണക്ക് പഠിപ്പിക്കുന്ന ലോബോമാസ്റ്ററുടെ മുഖം അവളുടെ മനസ്സിൽ തെളിഞ്ഞുവന്നു. അയാൾക്ക് എപ്പോഴും വലിയ ഗൗരവമാണ്. അയാൾ ചിരിക്കില്ല. പ്രൈംമിനിസ്റ്റർ ആണെന്നാണ് വിചാരം. ശ്രീദേവി മനസ്സിൽ പറഞ്ഞു. മോട്ടോർസൈക്കിളിൽ കയറിപ്പോകുമ്പോഴുള്ള അയാളുടെ ഒരു പത്രാസ്... അവൾ വിചാരിച്ചു. അയാൾക്ക് ഒരു പഴയ മോട്ടോർസൈക്കിൾ മാത്രമല്ലേ ഉള്ളൂ? എന്റെ അച്ഛന് പുതിയ ഫിയറ്റ് കാറുണ്ട്. ഒരു ദിവസം അയാളോട് അതു പറയണം. അവൾ നിശ്ചയിച്ചു.

"നീ നേരം വെളുക്കുമ്പംത്തന്നെ കിനാവ് കണ്ടിരുന്നോ. അമ്മ പറഞ്ഞു. ബസ്സ് വന്ന് പോകട്ടെ."

മുറ്റത്ത് പത്രം വന്ന് വീഴുന്ന ശബ്ദം കേട്ടപ്പോൾ ആപ്പീസ് വിചാരങ്ങളിൽ മുഴുകിയിരിക്കുന്ന അച്ഛൻ ഉണർന്ന് വാതിൽ തുറന്ന് അങ്ങോട്ട് ചെന്നു. തടിച്ച് ഉയരമുള്ള ഒരാളാണ് ശ്രീദേവിയുടെ അച്ഛൻ.

"നീ എന്താ ഇങ്ങനെ ചെറുത്? പിങ്കി പറയും, നിന്റെ അച്ഛന് എന്ത് ഉയരമാണ്."

"ഞാൻ ഏഴിലല്ലേ? ശ്രീദേവി പറയും. പത്തിൽ എനിക്ക് ഉയരം വെയ്ക്കും എന്നാണ് അമ്മ പറയുന്നത്."

എന്റെ ഏട്ടത്തിയമ്മയ്ക്ക് നിന്റെ അത്ര ഉയരമല്ലേ ഉള്ളൂ?" പിങ്കി പറയും അവരെ കാണുവാൻ എന്തു ഭംഗിയാണ്..."

പിങ്കിയുടെ ഏട്ടൻ മൂന്ന് മാസം മുമ്പാണ് വിവാഹം കഴിച്ചത്. നന്ദിനി എന്നാണ് അവളുടെ പേര്.

ശ്രീദേവി പുറത്ത് ചെന്നുനിന്നു. മുറ്റം മഞ്ഞ് വീണ് നനഞ്ഞിരുന്നു. മുനിസിപ്പൽ തൂപ്പുകാരൻ നിരത്ത് അടിച്ചുവാരുന്നു. മുഖത്ത് വസൂരിക്കലകൾ ഉള്ള ആ തൂപ്പുകാരൻ ഒരു ഹരിജനാണ്. നിരത്തിന്റെ മറുവശത്തുള്ള വേപ്പുമരത്തിൽ ഇരുന്ന് ചെറിയ പക്ഷികൾ ശബ്ദിച്ചു. ഇലകൾ മുഴുവൻ കൊഴിഞ്ഞ ആ മരത്തിൽ കമ്പുകൾ മാത്രമേ ഉള്ളൂ. സ്കൂളിലെ ലാബിൽ വെച്ചിരിക്കുന്ന അസ്ഥികൂടം അവൾക്ക് ഓർമ്മ വന്നു. ആ അസ്ഥികൂടത്തിന്റെ ചുമലിൽ ഒരു പക്ഷി വന്നിരിക്കുന്നത് അവൾ സങ്കൽപ്പിച്ചു.

"എന്റെ ശ്രീദേവി, നിന്നെക്കൊണ്ട് ഞാൻ തോറ്റു. അമ്മ പറഞ്ഞു. എന്താ മുറ്റത്ത് ചെന്നുനിന്ന് നീ ചെയ്യുന്നത്? നീ പുസ്തകം എടുത്തു വെച്ചോ? ഷൂ പോളീഷ് ചെയ്തോ? നിന്റെ ടിഫിൻബോക്സ് എവിടെ?"

ശ്രീദേവി തിരികെ അകത്തു ചെന്ന് സ്കൂൾ ഡയറിയിലെ ടൈംടേബിൾ നോക്കി പുസ്തകങ്ങൾ എടുത്തുവച്ചു. അതിനുശേഷം അവൾ ഷൂസ് പോളീഷ് ചെയ്തു. അപ്പോഴേക്കും അമ്മ തീൻമേശയിൽ പാലും ഉപ്പുമാവും കൊണ്ടുവന്നുവെച്ചു. അവൾ മനമില്ലാമനസ്സോടെ അവിടെ ചെന്നിരുന്നു.

"എന്താടീ നീ ഒന്നും തിന്നാത്തത്?" അമ്മ ചോദിച്ചു.

"എനിക്ക് ഉപ്പുമാവ് വേണ്ട." അവൾ ശഠിച്ചു.

"പിന്നെ മദാമ്മയ്ക്ക് എന്താ വേണ്ടത്? ദൈവത്തെ മറന്ന് കളിക്കരുത്. നീ ഒരു പെണ്ണാ. നാളെ ഒരുത്തന്റെ കൂടെ ഇറങ്ങിപ്പോകേണ്ടവളാ."

ശ്രീദേവി ഒട്ടും ഇഷ്ടമില്ലാതെ ഒരുനുള്ള് ഉപ്പുമാവ് എടുത്തുതിന്നു.

"നിന്റെ ടൈ എവിടെടീ?"

ശ്രീദേവി കുളിമുറിയിൽ മുഖം കഴുകുമ്പോൾ അമ്മ ഉച്ചത്തിൽ വിളിച്ചു ചോദിച്ചു.

അവൾ യൂണിഫോം ധരിച്ചു. പോളീഷ് ചെയ്ത ഷൂസിട്ടു. അവളുടെ തവിട്ടുനിറമുള്ള കോട്ടിന്റെ കീശയിന്മേൽ അവളുടെ സ്കൂളിന്റെ ലോഗോ കാണാം. അവൾ ബേഗ് ചുമലിൽ ഇട്ട് മുറ്റത്തിറങ്ങി.

"കുട്ടികളായാല് കുറച്ച് ഉഷാറുവേണം, പിറകിൽനിന്ന് അമ്മ പറഞ്ഞു. നീ ഇങ്ങനെ ആമയെപ്പോലെ നടന്നാൽ ബസ്സങ്ങ് പോകില്ലേ?"

ബസ്സ് പോയാൽ ബുദ്ധിമുട്ട് എനിക്കല്ലേ? അച്ഛൻ മനസ്സിൽ പറഞ്ഞു. താടി വടിക്കുകയോ കുളിക്കുകയോ ചെയ്യാതെ പന്ത്രണ്ട് കിലോമീറ്റർ കാറോടിച്ച് ശ്രീദേവിയെ സ്കൂളിൽ കൊണ്ടുപോയി വിടേണ്ടത് ഞാനല്ലേ? ശ്രീദേവിയുടെ ബസ്സ് അവൾ എത്തുന്നതിനുമുമ്പ് പോയാൽ അയാളുടെ ദിനചര്യ ആകെ തകിടം മറിയും. ഓഫീസിൽ എത്താൻ വൈകും. വലിക്കുന്ന സിഗരറ്റിന്റെ എണ്ണം കൂടും. രക്തസമ്മർദ്ദം വർധിക്കും... ചാരനിറത്തിലുള്ള ഒരു പഴയ ബസ്സാണ് ശ്രീദേവിയുടേത്. അതിന്റെ ചില്ലുകൾ എപ്പോഴും പൊട്ടിയിരിക്കും. ആൺകുട്ടികൾ ചെയ്യുന്ന വികൃതിയാണ് അത്.

ബസ്സ്സ്റ്റോപ്പിൽനിന്ന് അല്പം ദൂരെയാണ് സ്കൂൾ ബസ്സുകൾ വന്നുനിൽക്കുക. ശ്രീദേവിയുടെ ബസ്സിൽ കയറുവാൻ അവളേയും പിങ്കിയേയും കൂടാതെ ഒരു കുട്ടികൂടി അവിടെ കാത്തുനിൽക്കുന്നുണ്ടാവും. ഒൻപതിലോ പത്തിലോ പഠിക്കുന്നകുട്ടിയാണ്. അവന്റെ ഷൂസിൽ എല്ലായ്പ്പോഴും മണ്ണും ചെളിയും പുരണ്ടിരിക്കും. എന്റീശ്വരാ ഈ കുട്ടിക്ക് ഒന്നു ഷൂസ് പോളീഷ് ചെയ്താല് എന്താ? ശ്രീദേവി വിചാരിക്കും.

ആദ്യംവരിക കാർമ്മൽ സ്കൂളിലെ ബസ്സാണ്. സാധനങ്ങൾവെക്കുവാനുള്ള മേൽത്തട്ടുള്ള ഒരു പുതിയ ബസ്സാണ് അത്. ഒരു സ്കൂൾ ബസ്സിന് എന്തിനാണ് അങ്ങനെയൊരു മേൽത്തട്ട് എന്ന് അവൾ സ്വയം ചോദിച്ചു. രണ്ടാമത് വരുന്നത് എയർഫോഴ്സ് സ്കൂളിന്റെ മങ്ങിയ പച്ച

നിറം ഉള്ള ബസ്സാണ്. മൂന്നാമത് വരുന്നത് ശ്രീദേവിയുടെ ബസ്സും. ആ ഊഴം ഒരിക്കലും തെറ്റാറില്ല.

ശ്രീദേവി ബസ്സ്സ്റ്റോപ്പിൽ എത്തുമ്പോൾ മേൽത്തട്ടുള്ള ബസ്സ് കടന്നുപോകുന്നത് കണ്ടു. ഇടതുവശത്തിരിക്കുന്ന ചിലകുട്ടികൾ അവളെ നോക്കികൈവീശി. ഒരു ആൺകുട്ടി അവളെ നോക്കി മുഖംകൊണ്ട് ഗോഷ്ടികാണിച്ചു. വട്ടമുഖവും വെട്ടിച്ചെറുതാക്കിയ മുടിയുമുള്ള ആ കുട്ടി എപ്പോഴും അങ്ങനെ ചെയ്യും. ഒരു മാനേഴ്സും ഇല്ലാത്ത കുട്ടി. ശ്രീദേവി വിചാരിക്കും.

പിങ്കിയുടെ വീട് ബസ്സ്സ്റ്റോപ്പിൽനിന്ന് നോക്കിയാൽ കാണാം. റോഡിന് അപ്പുറത്തുള്ള വീഡിയോ കാസറ്റുകൾ വാടകയ്ക്ക് കൊടുക്കുന്ന ഒരു ഷോപ്പിന് മുകളിലാണ് അവൾ താമസിക്കുന്നത്. ഒരിക്കൽ ശ്രീദേവി അവിടെ പോയിട്ടുണ്ട്. രണ്ട് മുറികൾ മാത്രമുള്ള ആ വീട്ടിൽ പിങ്കിയും അവളുടെ അച്ഛനമ്മമാരും ജ്യേഷ്ഠനും ഏട്ടത്തിയമ്മയും താമസിക്കുന്നു. പിങ്കിയുടെ ഏട്ടന് വീഡിയോകാസറ്റുകളുടെ ഷോപ്പു തുറക്കുവാൻ പണംകൊടുത്തത് നന്ദിനിയുടെ അച്ഛനാണ്. ഏട്ടത്തിയമ്മയ്ക്ക് എന്റെ അച്ഛനും അമ്മയും ഒരു സൈ്വര്യവും കൊടുക്കുന്നില്ല. ഒരിക്കൽ പിങ്കി ശ്രീദേവിയോട് പറഞ്ഞു. ഏട്ടന് ഒരു വീഡിയോ കേമറകൂടി മേടിക്കുവാനുള്ള പൈസ ഏട്ടത്തിയമ്മ കൊടുക്കണം എന്നാണ് അവർ പറയുന്നത്. പിങ്കി വീട്ടിലെ എല്ലാകാര്യങ്ങളും ശ്രീദേവിയോട് പറയും. നന്ദിനിയെ വിവാഹം ചെയ്തുകൊണ്ടുവന്നിട്ട് മൂന്നുമാസം തികഞ്ഞിട്ടില്ല....

ശ്രീദേവിയുടെ വീട് സാമാന്യം വലുതാണ്. അവൾക്ക് പഠിക്കുവാൻ സ്വന്തമായി ഒരു മുറിയുണ്ട്.

പിങ്കി എന്താണ് വരാത്തത് എന്ന് ശ്രീദേവി സംശയിച്ചു. എയർ ഫോഴ്സ് സ്കൂളിന്റെ ബസ്സും കടന്നുപോയി. പതിവുമുറ തെറ്റിയില്ലെങ്കിൽ, ഇനി വരേണ്ടത് ശ്രീദേവിയുടെ ബസ്സാണ്. അതിനുള്ളിൽ ഡ്രൈവറുടെ സീറ്റിനരികിൽ യേശുദേവന്റെ ചിത്രം ചില്ലിട്ടുവെച്ചിട്ടുണ്ട്. ഒൻപതിലോ പത്തിലോ പഠിക്കുന്ന ആ ആൺകുട്ടി ഒരു മരം ചാരിനിന്ന് അവളെ ശ്രദ്ധിക്കുകയാണ്. അത് ഒരു പീപ്പൽ മരമാണ്. പക്ഷികൾ ഇരതേടിപുറപ്പെട്ടതിനാൽ അതിന്റെ ചില്ലകളിൽ അനക്കം ഉണ്ടായിരുന്നില്ല.

"നിന്റെ കൂട്ടുകാരിക്ക് ഇന്ന് എന്തുപറ്റി? ആൺകുട്ടി തിരക്കി. അവൾ ബസ്സ് മിസ്സ്ചെയ്യും എന്ന് തീർച്ചയാണ്."

ശ്രീദേവി അവന്റെ ഷൂസിൽ നോക്കി. ഇരു ഷൂവിലും ചളി ഉണങ്ങിക്കിടക്കുന്നു. അവൾക്ക് അറപ്പുതോന്നി. ഒരു വൃത്തിയുമില്ലാത്ത കുട്ടി. വൃത്തിയും വെടിപ്പും ഇല്ലെങ്കിൽ, കാണുവാൻ സ്റ്റൈൽ ഉണ്ടായിട്ട് എന്ത് ഫലം? ശ്രീദേവി വിചാരിച്ചു. ചുമലിലെ സ്കൂൾബാഗിന്റെ കനം കാരണം അവൾ വളഞ്ഞിരുന്നു.

ദൂരെ പിങ്കിയുടെ വീടിന്റെ മുമ്പിൽ ആളുകൾ നില്ക്കുന്നതായി അവൾക്ക് തോന്നി. നിരത്ത് മുറിച്ചുകടന്ന് ഏതാനും പേർ അങ്ങോട്ട് ചെല്ലുന്നതും അവൾ കണ്ടു. വീഡിയോഷോപ്പ് തുറക്കാറായിട്ടില്ല. അടച്ച പീടികയുടെ മുമ്പിൽ നില്ക്കുന്ന ആളുകളെകണ്ട് അവൾക്ക് ആശങ്കതോന്നി.

"കുട്ടി, ഇതാ നമ്മുടെ ബസ്സ് വന്നു." ആൺകുട്ടി അവളോട് പറഞ്ഞു. നാലോ അഞ്ചോ കൊല്ലം പഴക്കമുള്ള സ്കൂൾ ടൈയാണ് അവൻ കഴുത്തിൽ കെട്ടിയിരുന്നത്. അതുകാരണം അതിന് നീളം ഒട്ടും ഉണ്ടായിരുന്നില്ല.

അവൻ ബസ്സിൽ കയറി, ശ്രീദേവിക്കുവേണ്ടി വാതിൽ തുറന്നുപിടിച്ചു. അവൾ സ്കൂൾ ബേഗ് ചുമലിലേന്തി മടിച്ചു നിന്നു. അവളുടെ കണ്ണുകൾ പിങ്കിയുടെ വീടിനുമുമ്പിലെ ആൾകൂട്ടത്തിൽ തറഞ്ഞുനിന്നു. നിരത്തിൽ അവിടെയല്ലാതെ മറ്റൊരിടത്തും ആളുകൾ ഉണ്ടായിരുന്നില്ല. നഗരം ഉണർന്നുതുടങ്ങിയിട്ടേയുള്ളൂ. മറ്റ് കുട്ടികൾ ബസ്സിൽകയറാതെ നിൽക്കുന്ന ശ്രീദേവിയെ അത്ഭുതത്തോടെ നോക്കി. അവൾ ഗൃഹപാഠം ചെയ്തിട്ടുണ്ടാവില്ല. അവർ തമ്മിൽ പറഞ്ഞു. അതുകൊണ്ടാണ് അവൾ മടിച്ചുനില്ക്കുന്നത്.

ബസ്സ് ദൂരെ എത്തിയിട്ടും ചില കുട്ടികൾ തലപുറത്തിട്ട് ശ്രീദേവിയെ നോക്കി. അവൾ വളരുന്ന ആശങ്കയുമായി പിങ്കിയുടെ വീട്ടിൽനോക്കിനിന്നു. അവിടെയുള്ള ആൾക്കൂട്ടം പെരുകിവരുന്നതായി അവൾക്കുതോന്നി. അവൾ സ്കൂൾ സഞ്ചിയുമായി നിരത്ത് മുറിച്ചു കടന്നു. വേറെ സ്കൂൾബസ്സുകൂടി അവളെ കടന്നുപോയി. അതിൽ കുട്ടികളെ കുത്തിനിറച്ചിരുന്നു. ബസ്സ്സ്റ്റോപ്പിൽനിന്നുനോക്കുമ്പോൾ പിങ്കിയുടെ വീട് അടുത്താണ് എന്നു തോന്നും. നടന്നുതുടങ്ങിയപ്പോഴാണ് ദൂരം മനസ്സിലാവുന്നത്.

നിരത്തിലും പീടികയുടെ കോലായിലും നില്ക്കുന്ന ആളുകളിൽ ചിലരെ ശ്രീദേവിക്ക് പരിചയമുണ്ട്. പത്താൻകാർ ഇടുന്നതുപോലുള്ള കുപ്പായം ധരിച്ച ആൾ അവളുടെ വീടിന് അടുത്തുള്ള റേഷൻകടയുടെ ഉടമസ്ഥനാണ്. തലയിൽ മുഴയുള്ള ആൾ അവൾക്ക് പരിചയമുള്ള ഒരു കുട്ടിയുടെ അച്ഛനാണ്. അവൾ ആറിലാണ് പഠിക്കുന്നത്. പക്ഷേ കണ്ടാൽ എട്ടിലാണ് എന്നുതോന്നും. അത്ര ശരീരവളർച്ച.

സ്നേഹിതയുടെ വീട്ടിൽ എന്തോ അപകടം സംഭവിച്ചിരിക്കുന്നു എന്ന് ആളുകളുടെ മുഖഭാവത്തിൽനിന്ന് അവൾക്ക് മനസ്സിലായി. അവൾ നിരത്തിൽ പതുങ്ങിനിന്നു. ആളുകൾ തമ്മിൽ സംസാരിക്കുന്നത് അവൾ ശ്രദ്ധിച്ചു.

"പോലീസ് വരുന്നതുവരെ ആരും അകത്ത് കയറരുത്." ഒരു ചെറുപ്പക്കാരൻ പറഞ്ഞു.

"പോലീസിന് ഇവിടെ എന്തുകാര്യം? സംഭവിച്ചത് സംഭവിച്ചു. ഇനി നാട്ടുനടപ്പ് അനുസരിച്ച് വേണ്ടത് ചെയ്യുക."

"എന്നാലും ആ പെൺകുട്ടിയുടെ ഒരു തലവിധി. കല്യാണം കഴി

ഞ്ഞിട്ട് മൂന്നുമാസം തികഞ്ഞിട്ടില്ല...” റേഷൻകടയുടെ ഉടമസ്ഥൻ പറഞ്ഞു.

ശ്രീദേവി വല്ലാതെ പരിഭ്രമിച്ചു. അവൾ ആളുകൾക്കിടയിലൂടെ വീട്ടിലേക്ക് കയറുവാൻ ശ്രമിച്ചു.

“കുട്ടി അകത്തുപോകരുത്.” തലയിൽ മുഴയുള്ള ആൾ പറഞ്ഞു. അയാൾ ശ്രീദേവിയെ തിരിച്ചറിഞ്ഞു.”

അകത്ത് ജനലിൽ പിങ്കിയുടെ മുഖം കണ്ടപ്പോൾ, ഒരു കുതിപ്പിന് ശ്രീദേവി അവിടെ എത്തി. സ്നേഹിതയുടെ കണ്ണുകളിൽ നടുക്കം. ശ്രീദേവിയെ ആദ്യമായികാണുന്നതുപോലെ അവൾ മിഴിച്ചുനോക്കി.

മുടി കത്തിയെരിഞ്ഞ നന്ദിനിയുടെ തലമാത്രം കാണാം. ദേഹത്തിന്റെ ബാക്കിഭാഗവും മുഖവും ഒരു വെളുത്തശിലകൊണ്ട് മൂടിയിട്ടിരിക്കുന്നു.

ബാന്റും മുട്ടി കുതിരപ്പുറത്ത് കയറിച്ചെന്ന് താലികെട്ടികൊണ്ടുവന്നത് ഇതിനാണ്. പുറത്തുനിന്ന് ചെറുപ്പക്കാരൻ ഉച്ചത്തിൽ പറഞ്ഞു.

ആരും ഒന്നും ഉരിയാടിയില്ല.

ശ്രീദേവി കിതച്ചു. ഓടിയും നടന്നും എങ്ങനെയോ അവൾ വീട്ടിൽ എത്തി.

വീട്ടിനുമുമ്പിലെ വേപ്പുമരങ്ങളിൽ വീണ്ടും ഇലകൾ തളിർത്തു. ശൈത്യകാലം അവസാനിക്കുകയും ആകാശം കടുംനീലയായി തെളിയുകയും ചെയ്തു. വസന്തത്തോടൊന്നിച്ച് ഹോളിയുടെ വരവായി. പിന്നീട് നീളംകൂടിവരുന്ന പകലുകളും തീക്ഷ്ണമായി തീരുന്ന ആകാശവും വേനൽക്കാലത്തിന്റെ വരവറിയിച്ചു.

അങ്ങനെയിരിക്കെ ഒരു ദിവസം ശ്രീദേവി അവളുടെ വെളുത്തവേനൽക്കാല യൂണിഫോമിന്റെ പിറകിൽ നനഞ്ഞ കുങ്കുമവുമായി വീട്ടിൽ കയറി വന്നു. അവളുടെ കണ്ണുകളിലും കവിളുകളിലും കണ്ണീർ ഉണ്ടായിരുന്നു.

കരയരുത്. അമ്മ പറഞ്ഞു. മോൾ വലുതായി. പെൺകുട്ടികൾ വലുതാകുമ്പോൾ ഇത് സാധാരണയല്ലേ?

അമ്മ ശ്രീദേവിയെ സാന്ത്വനപ്പെടുത്തി. പക്ഷേ അവളുടെ കരച്ചിൽ തോർന്നില്ല. അവളുടെ കണ്ണുകളിൽ ഒരമ്പലപ്രാവിന്റെ കണ്ണുകളിലെ ഭയം ഉണ്ടായിരുന്നു.

ശ്രീദേവിയുടെ ഭയത്തിന്റെ കാരണം അവളുടെ അമ്മയ്ക്ക് മനസ്സിലായില്ല.

എനിക്ക് എന്നും കുട്ടിയായി ഇരുന്നാൽ മതി. ഉറക്കത്തിൽ കണ്ണീരോടെ അവൾ പറഞ്ഞു. എനിക്ക് ഒരിക്കലും വലുതാകേണ്ട....

******

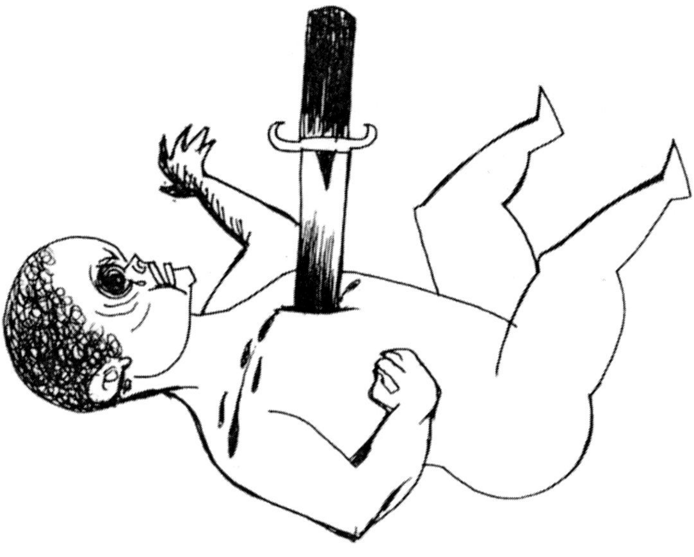

കാളവണ്ടിക്കാരൻ ചെക്കു

നല്ലതുപോലെ ഒന്നുകുടിച്ചു പൂസ്സാകുവാൻവേണ്ടിയാണ് ഷാപ്പിൽ കയറിച്ചെന്നത്.

പക്ഷേ ആ ആഗ്രഹം നടന്നില്ല.

പൈസ ഇല്ലാഞ്ഞിട്ടല്ല. വളരെ നാളുകൾക്കുശേഷം ഭഗവതി ഇന്ന് എന്നെ ഒന്ന് കടാക്ഷിച്ചു. രാവിലെ ഒരു ബീഡിത്തുണ്ടു പുകച്ചുകൊണ്ട് ഞാൻ അസ്സനാരുടെ പെട്ടിപ്പീടികയുടെ മുമ്പിൽ ഇരിക്കുകയായിരുന്നു. ആ നിമിഷം കുടിച്ച് പൂസ്സാകുക എന്നത് സ്വപ്നം കാണുവാൻപോലും കഴിയുമായിരുന്നില്ല. കാരണം ഒരു കരിഞ്ചായയ്ക്കുള്ള പണം പോലും കൈയിലുണ്ടായിരുന്നില്ല.

'എന്താടാ ഇന്ന് പണ്യ്യൊന്നും ല്ലേ?'

പീടിക തുറക്കാൻ വന്ന അസ്സനാര് ചോദിച്ചു. ഇല്ലെന്ന അർത്ഥത്തിൽ ഞാൻ കണ്ണുകാണിച്ചു. ഉടനെ ഒരു മുൻകരുതൽ എന്നനിലയിൽ അയാൾ പറഞ്ഞു:

'ഏയരപ്പൊലച്ചക്ക് കടം ചോതിക്കല്ലേ ബലാലേ-'

ചിലപ്പോൾ ഞാൻ അസ്സനാരിൽനിന്നു പൈസ കടം മേടിക്കാറുണ്ട്. ഇരുപത്തഞ്ചുപൈസയോ അൻപതുപൈസയോ, ഏറിയാൽ ഒരുറുപ്പിക.

സത്യം പറഞ്ഞാൽ പത്തുമണിക്കുമുമ്പ് പണിയൊന്നും കിട്ടിയില്ലെങ്കിൽ അസ്സനാരോട് ഒരെട്ടണ വായ്പ വാങ്ങാമെന്ന് ഞാൻ മനസ്സിൽ കരുതുകയായിരുന്നു. അസ്സനാരു പറഞ്ഞതു കേട്ടപ്പോൾ ആ ചിന്ത ഞാൻ ഉപേക്ഷിച്ചു. ഇനി മറ്റെന്തെങ്കിലും മാർഗം നോക്കുകയേ നിവൃത്തിയുള്ളൂ.

അസ്സനാരുടെ പീടികയുടെ നേരെ മുൻവശത്താണ് കുഞ്ഞാപ്പുവിന്റെ ചായക്കട. ഞാൻ നോക്കിനില്ക്കവേയാണ് കുഞ്ഞാപ്പുവിന്റെ തീയ്യത്തി നാണി ആവിപറക്കുന്ന പുട്ട് ചില്ലലമാരയിൽ കൊണ്ടുവച്ചത്. കുഞ്ഞാപ്പു ചായയടിക്കുന്നതും കാണാം. ആദ്യം അയാൾ തിളച്ചുമറിയുന്ന സമാവറിൽനിന്നും വെള്ളം ഒരു മുരുടയിന്മേൽ വച്ച പോഞ്ചിയിൽ പാരും. എന്നിട്ട് മുരുടയിൽ പാലും പഞ്ചസാരയും ഇടും. അതിനുശേഷം ഓരോ കൈയിൽ ഓരോ മുരുടയുമായി ചായ ആഞ്ഞു വീശും... അതൊരു കലയാണെന്നെനിക്കു തോന്നി.

(അഥവാ, എന്താണു കല? പഠിപ്പും വിവരവുമില്ലാത്ത എനിക്ക് കല എന്നുപറഞ്ഞാൽ എന്താണെന്ന് വ്യക്തമായ രൂപമില്ല.)

അങ്ങനെ കുഞ്ഞാപ്പുവിന്റെ പീടികയിൽ കണ്ണുനട്ട് ബീഡിയും പുകച്ച്, അസ്സനാരുടെ കടയുടെ മുൻപിൽ കുത്തിയിരിക്കുമ്പോഴാണ് ഭഗവതിയുടെ കടാക്ഷം ഒരു വെള്ളിമിന്നൽപോലെ എന്റെ മേൽ പതിഞ്ഞത്. കണ്ണഞ്ചിപ്പോയി ഒരു നിമിഷം. സ്വന്തം കണ്ണുകളെ വിശ്വസിക്കാൻ കഴിഞ്ഞില്ല.

'എടാ പാക്കരാ-'

ഞാൻ മിഴിച്ചുനോക്കി. അതെ എന്നെത്തന്നെയാണ് വിളിക്കുന്നത്. മറ്റാരുമല്ല. അവ്വൗക്കർ മൊയലാളി.

തെക്കുനിന്നു സി.എം.എസ്. വന്നു നിന്നതും അതിൽനിന്നു മൊയലാളി ഇറങ്ങിയതും ഞാൻ കണ്ടില്ലെങ്കിൽ അതിൽ എന്തതിശയം? എന്റെ കണ്ണ് കുഞ്ഞാപ്പുവിന്റെ പീടികയിൽ തറഞ്ഞു നിൽക്കുകയാണല്ലോ.

'ഞ്ഞി ബര്ന്ന്ണ്ടാ?'

മൊയലാളി ചോദിച്ചു. ബീഡിത്തുണ്ട് താഴെ തുപ്പി മുണ്ട് മടക്കിക്കുത്തി ഞാൻ ബസ്സിന്റെനേരെ പാഞ്ഞു.

ക്ളീനർ ബസ്സിനു മുകളിലായിരുന്നു. അയാൾ ഒരു കൂറ്റൻ തോൽപ്പെട്ടി നിരക്കി ബസ്സിന്റെ മുകളിൽ ഓരത്ത് വച്ച് എന്നെ കാത്തുനിൽക്കുകയായിരുന്നു. പിറകിലത്തെ ഇരുമ്പുകോണിയിലൂടെ ഞാൻ മുകളിലേക്ക് കുതിച്ചു. അടുത്ത നിമിഷം ആ വലിയ തുകൽപ്പെട്ടി എന്റെ തലയിൽ അമർന്നു. ഞാൻ ഒരു കൈകൊണ്ട് കോണിയുടെ അഴിപിടിച്ച് മറുകൈകൊണ്ട് പെട്ടിയുടെ കാതുപിടിച്ച് താഴെ ഇറങ്ങേണ്ട താമസം, ബസ്സ് പൊടിപരത്തി നീങ്ങിക്കഴിഞ്ഞിരുന്നു.

'ഇന്നെക്കൊണ്ടാവ്വോ പാക്കരാ?'

പെട്ടിക്ക് നല്ല ഭാരമുണ്ടായിരുന്നു. അതുകൊണ്ടായിരുന്നു മൊയലാളി സംശയിച്ചത്.

'നടന്നോളിൻ-'

മൊയലാളി കൽപ്പിച്ചു ഞാൻ നടന്നു.

'കോളടിച്ചല്ലോടാ ബലാലെ ഞ്ഞി.' പിറകിൽനിന്ന് അസ്സനാര് പറഞ്ഞു, 'ഞമ്മളെ എഴുപത് പൈസാ തന്നേക്കണം.'

അയാൾക്ക് ഞാൻ എഴുപതു പൈസാ കടം വീട്ടാനുണ്ടായിരുന്നു.

പെട്ടിയുമായി ഞാൻ മുന്നോട്ടു നീങ്ങി. കഴുത്തു ഞെരിയുന്നു. കണ്ണുകളിൽ പുകയും തീയും. അത്രയും കനമുള്ള ഒരു പെട്ടി എന്റായുസ്സിൽ ഞാൻ കണ്ടിരുന്നില്ല.......

മാളികയിലെത്തിയപ്പോൾ മൊയലാളി അരപ്പട്ടയിന്മേൽ ഘടിപ്പിച്ചിരുന്ന പേഴ്സ് തുറന്നു....

സ്വപ്നം കാണുകയാണോ? സ്വന്തം കണ്ണുകളെ വിശ്വസിക്കുവാൻ കഴിഞ്ഞില്ല.

കുഞ്ഞാപ്പുവിന്റെ പീടികയും കടന്നു നടന്നു. ഇനിയെന്തിന് അയാളുടെ ചായ? അതിലും മുന്തിയ സാധനം മനസ്സിൽ കണ്ടുകൊണ്ട് പപ്പട

ച്ചെട്ടികളുടെ നിരത്തു മുറിച്ചുകടന്ന് വാട്ടർടാങ്ക് ചുറ്റി, കേളുനായരുടെ ഷാപ്പിലേക്ക് കയറി.....

നന്നായി കുടിച്ചു പൂസ്സാകണം. ഭഗവതി അനുഗ്രഹിച്ചതല്ലേ? അല്ലെങ്കിൽ ദുബായിലെങ്ങാനും കഴിയുന്ന ഔവ്വക്കര് മൊയലാളി ഇന്നെന്തിന് സിയെമ്മെസ്സിൽ വന്നിറങ്ങണം?

കടലിൽ മീൻപെട്ട സമയമായതുകൊണ്ട് ഷാപ്പിൽ തിരക്കായിരുന്നു. നിന്നു തിരിയാൻ ഇടമില്ല. നിന്നിട്ടെങ്കിൽ നിന്നിട്ട്. രണ്ടുകുപ്പി മോന്താതെ തരമില്ല.

നാലുചുറ്റുംനോക്കി. എല്ലാവരും മുക്കുവന്മാരാണ്. കൂട്ടത്തിൽ പരിചയമുള്ള ഒരു മുഖം മാത്രം-കണാരൻ. തെങ്ങിന്മേൽ കേറുന്ന കണാരൻ.

കണാരന്റെ തീയ്യത്തിയുടെ പുര എന്റെ പുരയുടെ പടിഞ്ഞാറാണ്. വേനൽക്കാലത്ത് ഞങ്ങളുടെ കിണർ വറ്റുമ്പോൾ ഞാൻ ചെന്നുകുളിക്കാറുള്ളത് കണാരന്റെ കിണറ്റിൽ നിന്നാണ്. അതിൽ നിറയെ കറ്റവാഴകൾ വളർന്നു കിടപ്പുണ്ട്. കറ്റവാഴ തേച്ചു കുളിച്ചിട്ടാണ് എന്നു പറയപ്പെടുന്നു. കണാരന്റെ തീയ്യത്തിക്ക് നാഭിയോളം മുടിയുണ്ട്.......

അവൾ പെറ്റുകിടക്കുകയാണ് എന്നു ഞാൻ ഓർമ്മിച്ചു. ഇന്നു രാവിലെയും വേലി കടന്ന് ഇടവഴി ഇറങ്ങുമ്പോൾ കുഞ്ഞിന്റെ കരച്ചിൽ കേൾക്കുകയുണ്ടായി. കണാരന്റെ മോള് കരയുമ്പോൾ അവൾ ചിരിക്കുകയാണോ കരയുകയാണോ എന്നു മനസ്സിലാക്കാൻ പ്രയാസമാണ്.

'എടാ നീയ്യ് ആ കണാരന്റെ കുഞ്ഞിനെ ചെന്നു നോക്ക്യോ?' ദെച്ചു പ്രസവിച്ചപ്പോൾ എന്റെ അമ്മ എന്നോട് പറഞ്ഞു: 'സാക്ഷാൽ ഭഗവതി തന്നെ.'

ഭഗവതിയെപ്പോലുള്ള ആ കുട്ടിയെ ചെന്നു കാണണം. ഞാൻ നിശ്ചയിച്ചു. അത് നന്നായി ഒന്നു പൂസ്സായിട്ടാകാം.

കള്ളുകുപ്പിയുമായി ചെക്കൻ വന്നപ്പോൾ കണാരൻ ഇരുന്നയിടത്തു നിന്നു നീങ്ങി. ലേശം സ്ഥലം തന്നു. ഒരു ചന്തിമാത്രം തൊടുവിച്ച് ഞാനവിടെ ഇരുന്നു.

'എട്ടണേണ്ടോ എടുക്കാൻ?'

കണാരൻ ചോദിച്ചു. അയാൾ ഇതിനകം പൂസ്സായിക്കഴിഞ്ഞതായി തോന്നി. മീശയുടെ അറ്റം ചെറുതായി വിറച്ചുകൊണ്ടിരുന്നു. കണ്ണുകൾ നെരിപ്പോടുപോലെ ചുവന്നിരുന്നു.

ഞാൻ കൊടുക്കാമെന്നു പറഞ്ഞു. ഭഗവതി പ്രസാദിച്ച ദിവസമല്ലേ?

കുടിക്കുകയും തിന്നുകയും ചെയ്യുന്നതിനിടയിൽ ഞങ്ങൾ വർത്തമാനം പറഞ്ഞു.

'ദെച്ചോടത്തി പെറ്റിട്ട് എത്ര ദെവസായി?' ഞാൻ ചോദിച്ചു. 'ഇരുപത്തിയെട്ട് കുളിച്ചോ?'

'ഓള് പെറ്റിട്ട്-' കണാരൻ ഏട്ടക്കറി പുരണ്ട വിരലുകൾ നക്കി വൃത്തി

യാക്കിയശേഷം ആ വിരലുകൾകൊണ്ട് കണക്കുകൂട്ടിയിട്ട് പറഞ്ഞു: 'ഓളു പെറ്റിട്ട് മറ്റന്നാളേക്ക് ഇരുപത്തിയാറു ദെവസം തെകേം.'

എന്നുവെച്ചാല് ഇന്നേക്ക് ഇരുപത്തിനാലു ദിവസം ആയെന്ന് അർത്ഥം.

'പേരെന്താ ഇട്ന്നത്?'

ഞാൻ ചോദിച്ചു.

'കേളായരേ-' കണാരൻ കേളുനായരെ നോക്കി അടഞ്ഞുപോകുന്ന കണ്ണുകൾ വലിച്ചു തുറന്നു. 'എന്റെ മോക്കെന്താ പേരിടേണ്ടത്. കേളായരേ?'

'ഒലക്കാന്ന്.'

കേളുനായർ പറഞ്ഞു. മേശയിന്മേൽ ചോക്കുകൊണ്ട് കുറിച്ചിട്ട കള്ളിന്റെയും പുഴുക്കിന്റെയും ഏട്ടക്കറിയുടേയും കണക്കു കൂട്ടുന്നതിൽ വ്യാപൃതനായ കേളുനായർക്ക് കണാരന്റെ മകളിൽ എന്തു താൽപര്യം? മാത്രമല്ല, അയാൾ ഇത്രയുംകൂടി പറഞ്ഞു:

'വേഗം കുടിച്ച് സ്ഥലം കാലിയാക്ക്' മീമ്പട്ടദെവസാ-'

പുറത്തു സ്ഥലം കാലിയാകുന്നതു കാത്തുനിൽക്കുകയായിരുന്നു മുക്കുവന്മാർ. ഇടയ്ക്കിടെ കടൽ വെയിലേറ്റ് കരുവാളിച്ച അവരുടെ മുഖങ്ങൾ അകത്തേക്ക് ഏന്തിനോക്കിയിരുന്നു. നിറഞ്ഞ മടിശീലയുമായി കുടിച്ചു പൂസ്സാകാൻ വന്നവർ. കാത്തുനിൽക്കാൻ അവർക്ക് ക്ഷമയുണ്ടായിരുന്നില്ല.

അപ്പോഴാണ് ഞങ്ങൾക്ക് മുമ്പിലിരുന്ന് നിശ്ശബ്ദം മോന്തിക്കൊണ്ടിരുന്ന ഒരു വയസ്സൻ മുക്കുവൻ ഗ്ലാസ് കാലിയാക്കി എണീറ്റത്.

'രണ്ടൂപ്പി കള്ളും രണ്ടു പുയുക്കും ഒരേട്ടത്തലേം, ല്ലേ?'

മേശപ്പുറത്ത് കുറിച്ചിട്ട വെളുത്ത അക്കങ്ങളിലും അക്ഷരങ്ങളിലും നോക്കിക്കൊണ്ട് കേളുനായർ ചോദിച്ചു.

'ഏയ് അല്ല' വയസ്സൻ പറഞ്ഞു: 'രണ്ടു പുയുക്കും ഒരേട്ടത്തലേം രണ്ടൂപ്പികള്ളും.'

വയസ്സൻ ചന്തികൊള്ളിച്ചിരുന്ന സ്ഥലത്തിനുവേണ്ടി മൂന്ന് മുക്കുവന്മാർ തള്ളിക്കേറി വന്നു.

അവരെ മൂന്നുപേരേയും തള്ളിമാറ്റിക്കൊണ്ട് നാലാമതൊരുവൻ വന്ന് ഞങ്ങൾക്ക് മുമ്പിൽ ഇരിപ്പുറപ്പിച്ചു. മൂരി വണ്ടിക്കാരൻ ചെക്കു. ബലവാന്മാരായ മൂന്നു മീൻപിടുത്തക്കാരേയും പുല്ലുപോലെ തള്ളിമാറ്റി സ്ഥലം കൈവശപ്പെടുത്തിയ ചെക്കുവിനോട് എനിക്ക് ആദരവു തോന്നി.

'ഞങ്ങളാ ആദ്യം വന്നത്-' മുക്കുവന്മാർ കേളുനായരുടെ നേരെ തിരിഞ്ഞു മുഷ്ടി ചുരുട്ടി. 'ഞങ്ങക്കാദ്യം കുടിക്കണം.'

'ഞാനെന്താ ചെയ്യ്വാ, കൂട്ടരേ? കേളുനായർ തന്റെ നിസ്സഹായത പ്രകടിപ്പിച്ചു. 'ചെക്കുവിന്റെ സ്വഭാവം നിങ്ങക്കറിയില്ലേ കൂട്ടരേ?'

മീൻ പിടുത്തക്കാർ മുരണ്ടുകൊണ്ട് ഇറങ്ങി വീണ്ടും വെളിയിൽ കാത്തുനിന്നു.

ചെക്കുവിന്റെ സ്വഭാവം ആർക്കാണ് അറിയാത്തത്? തീവണ്ടിയാപ്പീസിന് അടുത്ത് തോട്ടികളുടെ കോളനിയുടെ പരിസരത്തിലാണ് അയാൾ പാർക്കുന്നത്. ചെക്കുവിന് ഉടയവരോ ഉറ്റവരോ ആരുമില്ല. (അങ്ങനെയുള്ളവരെയല്ലേ 'സ്വയംഭൂവ്' എന്നുവിളിക്കുന്നത്? എന്തോ, എനിക്കറിയില്ല). കാളവണ്ടികളിൽ ധാന്യച്ചാക്കുകൾ കയറ്റി ദൂരദേശങ്ങളിൽ കൊണ്ടുപോകുകയാണ് ചെക്കുവിന്റെ പണി. അതിൽ അയാൾക്ക് നല്ല വരുമാനമുണ്ട് എന്നാണ് ഞാൻ കേട്ടത്.

കുറച്ചുനേരം കഴിയട്ടെ. നല്ലതുപോലെ പൂസ്സാകട്ടെ. അപ്പോൾ അയാളോട് ഒരു കാര്യം ആവശ്യപ്പെടണമെന്ന് ഞാൻ തീരുമാനിച്ചു.'

'ഉമ്മത്തിൻകായ് ചേർത്തിട്ടുണ്ടോ?' ചെക്കൻ കള്ളു നിറച്ച കുപ്പിയുമായി വന്നപ്പോൾ ചെക്കു ഭീഷണിപ്പെടുത്തി, 'ഇന്റെ പക്കി ഞാൻ അരിഞ്ഞുകളയും.'

അതുകേട്ട് ഭയന്ന ചെക്കൻ പേടിയോടെ കേളുനായരുടെമുഖത്തുനോക്കി.

'കണ്ടവരുടേയൊക്കെ പക്കി അരിയാൻ നിയ്യാരാടാ?'

എല്ലാവരുടേയും ഞെട്ടിത്തെറിച്ച നോട്ടം കണാരന്റെ മേൽ വീണു. കണാരന് എവിടുന്നുകിട്ടി ഈ ധൈര്യം? ഇതുവരെ പൂച്ചയെപ്പോലെ പതുങ്ങിയിരുന്ന ആളല്ലേ?

ചെക്കു കണാരനെ വല്ലാതെ ഒന്നു നോക്കി. ഞാൻ പലതും പ്രതീക്ഷിച്ചു. പക്ഷേ ഒന്നും സംഭവിച്ചില്ല. ചെക്കു പിന്നീടു കണാരനെ ശ്രദ്ധിച്ചതേയില്ല. അത് ഞങ്ങളെ ഒന്നടങ്കം അതിശയിപ്പിച്ചു.

ചെക്കു ഗ്ലാസിന്റെ അടിയിൽ ഊറിക്കൂടിയിരുന്ന വെള്ളവും അതിലെ ഈച്ചകളും താഴെ കുടഞ്ഞിട്ട് ഗ്ലാസിൽ കുപ്പി ചരിച്ചു. വക്കോളം നിറച്ചശേഷം ഒറ്റ മോന്ത്; ഗ്ലാസിൽ ഒരുതുള്ളി അവശേഷിച്ചില്ല. ആ വിദ്യകണ്ട് എനിക്ക് ചിരി വന്നുപോയി. പക്ഷെ ചെക്കുവിനെ പേടിച്ച് ഞാൻ ചിരിച്ചില്ല. മൂന്നു മുക്കുവന്മാരെ ഒരു കൈകൊണ്ടു തടഞ്ഞു നിർത്തിയ ആ കൈയെങ്ങാൻ എന്റെ മേൽവീണാൽ......

'എടാ ചെക്കൂ നീയെന്താടാ വായിലമ്പഴങ്ങ പോയതുപോലെ ഇരിക്കുന്നത്?'

കണാരൻ വീണ്ടും ചോദിച്ചു. ചെക്കുവിന്റെ മൗനം കണാരന് ധൈര്യം നൽകി.

ചെക്കു കുപ്പിയിൽ അവശേഷിച്ചത് ഗ്ലാസിൽ ഒഴിച്ചില്ല. നേരെ അണ്ണാക്കിലേക്ക് ചെരിച്ചു.

'അന്നോടാ ചോയിച്ചത്-' കണാരൻ ശോഷിച്ച കൈ മേശയിന്മേൽ ഇടിച്ച് ഒച്ചയുണ്ടാക്കി. ചെക്കുവിന്റെ ശ്രദ്ധ തന്നിലേക്ക് തിരിച്ചു: 'എന്താ നിന്റെ വായില് അമ്പയങ്ങയോ?'

കള്ളുഷാപ്പാകെ നിശബ്ദമായി. നാടിനേയും നാട്ടുകാരേയും പേടിപ്പിച്ചു വിറപ്പിക്കുന്ന വമ്പൻ ചെക്കുവിനോടാണോ കണാരൻ ഈ കളി കളിക്കുന്നത്?

'എടോ കണാരാ–' വിവേകമുള്ള കേളുനായർ ഓർമ്മിപ്പിച്ചു. 'ഇന്റെ ഈ കളി നല്ലതല്ല.'

മറ്റുള്ളവർ തന്നെക്കുറിച്ച് പറയുന്നതൊന്നും ശ്രദ്ധിക്കാതെ ഏട്ടത്തല ഈമ്പുകയാണ് ചെക്കു.

'എടോ ചെക്കൂ, ചെക്കൂ–' കണാരൻ മേശയ്ക്കുള്ളിലെ ചെക്കുവിന്റെ കാലിൽ തന്റെ കാൽകൊണ്ടു തോണ്ടി. 'നീയ്യെന്താടോ മംഗലം കയിക്കാത്തത്?'

ചെക്കു അതു കേട്ടതായി നടിച്ചില്ല. അയാൾ സപ്ളയർ ചെക്കന്റെ നേരെ മുഖം തിരിച്ചു. വിളിക്കേണ്ടിവന്നില്ല. കാരണം ചെക്കൻ അയാളുടെ മുഖത്തുതന്നെ നോക്കി നിൽക്കുകയായിരുന്നു. ചെക്കൻ മാത്രമല്ല, കള്ളുഷാപ്പാകെ ചെക്കുവിനെ നോക്കിനിൽക്കുകയാണ്. അവർക്ക് ഇതൊരു അപൂർവ്വ കാഴ്ചയായിരുന്നു. കാന്താരിയെപ്പോലുള്ള കണാരൻ, വമ്പനായ, നാടിന്റെ ഉൾക്കിടിലമായ ചെക്കുവിനെ പരിഹസിക്കുകയോ?

ചെക്കൻ നിറച്ച രണ്ടുകുപ്പികൾകൂടി കൊണ്ടുവന്നു. ഒരു ഇരുമ്പുവസിയിൽ പുളിയും മുളകുമിട്ട ഏട്ടമുട്ടയും. ഏട്ടമുട്ട ചെക്കുവിനെപ്പോലുള്ളവർ മാത്രം തിന്നുന്നതാണ്. അതിനു വിലകൂടുതലാണ്. ഞാൻ ഓണത്തിനും വിഷുവിനും മാത്രമേ ഏട്ടമുട്ടയുംകൂട്ടി കള്ളുകുടിക്കാറുള്ളൂ....

'എടോ ചെക്കൂ, ചെക്കൂ–' കണാരൻ വിളിച്ചു. 'നിനക്കൊരു പെണ്ണു വേണ്ടടാ? മയക്കാലത്ത് പൊത്തിപ്പിടിച്ചുകിടക്കാൻ ഒരു പെണ്ണുവേണ്ടടാ?

ഷാപ്പിന്റെ മറ്റേ അറ്റത്തിരുന്ന, കാതിൽ കടുക്കനിട്ട ഒരു മുക്കുവൻ അറിയാതെ ഒന്ന് ചിരിച്ചുപോയി.

കണാരൻ ഒരു കുപ്പികൂടി ഓർഡർ ചെയ്തു. ഒരു വസി പുഴുക്കും. കള്ളും പുഴുക്കും വന്നപ്പോൾ കണാരൻ എന്റെ കൈയിൽ പിടിച്ചു കൊണ്ടു പറഞ്ഞു:

' ഒരുറുപ്പ്യേംകൂടി വായ്പ തരണം. നിനക്ക് നാളെ നാല് തേങ്ങയങ്ങ് എത്തിച്ചുതരാം.'

തേങ്ങപറിച്ചാൽ ചിലപ്പോൾ കൂലിയായി കിട്ടുന്നത് തേങ്ങയായിരിക്കും.

ഞാൻ, ഭഗവതി കൽപിച്ച്, ഇന്ന് കാശുകാരനാണ്. അതുകൊണ്ട് എതിരൊന്നും പറഞ്ഞില്ല. കണാരൻ ഇഷ്ടംപോലെ കുടിക്കട്ടെ മടിയിൽ പൈസയുണ്ട്.

പുഴുക്ക് വാരിത്തിന്ന്, കുപ്പികാലിയാക്കി, ചിറി തുടച്ചിട്ട്, കണാരൻ ചെക്കുവിന്റെ നേരേ തിരിഞ്ഞു:

'നിനക്ക് ഞാനൊരു പെണ്ണിനെ പറഞ്ഞുതരട്ടേടാ? നീയ്യ് ഓളെ കഴുത്തില് താലി കെട്ടോടാ?'

ചെക്കു അപ്പോഴും കണാരനെ ശ്രദ്ധിച്ചില്ല.

'ഏതാ പെണ്ണ്?'

കേളുനായർ ചോദിച്ചു. പേടികൊണ്ട് പിറുപിറുക്കുന്ന ശബ്ദത്തിലാണ് അയാൾ ചോദിച്ചത്.

'പർവ്വതക്കല്യാണി'

ഒരുവലിയ വിശേഷം പ്രഖ്യാപിക്കുന്നതുപോലെ കണാരൻ പ്രഖ്യാപിച്ചു. എന്നിട്ടും തൃപ്തിവരാതെ അയാൾ ഉച്ചത്തിൽ ഒന്നുകൂടി ആവർത്തിച്ചു.

'തൊണ്ടൻ ആണ്ടീടെ തിയ്യത്തി പർവ്വതക്കല്യാണി......'

ആരെല്ലാമോ അടക്കിപ്പിടിച്ച് ചിരിച്ചു.

പർവ്വതക്കല്യാണിയെ ആർക്കാണ് അറിയാത്തത്? രക്തപ്രകാശമില്ലാത്ത വീർത്ത മുഖവും കൈകാലുകളും. ഇരുകാലുകൾക്കും മന്താണ്. ആണ്ടി അവളെ കഴുത്തിൽ താലികെട്ടി വേട്ടതാണ്. പക്ഷേ, ഇപ്പോൾ രണ്ടുപേരും രണ്ടു വഴിയിലാണ്. കല്യാണി തോട്ടികളുടെ കോളനിയിലാണ് പാർക്കുന്നത്; ചെക്കുവിന്റെ അയൽപക്കത്ത്. നടക്കുവാനുള്ള സൗകര്യത്തിനുവേണ്ടി ഉടുമുണ്ട് ആണുങ്ങളെപ്പോലെ മുട്ടിൻമുകളിൽ മടക്കിക്കുത്തി, മന്തുകാലുകൾ ഇട്ട് വലിച്ച് അവൾ തീവണ്ടിയാപ്പീസിന്റെ പരിസരത്തിൽ നടക്കുന്നതു കാണാം. എനിക്ക് അവളെ കാണുമ്പോൾ ഓക്കാനം വരും. അവൾക്ക് ഈ വിധി വരുത്തിയതിൽ എനിക്ക് ഭഗവതിയോട് ദേഷ്യം തോന്നാറുണ്ട്.

'എന്താടോ-' കണാരൻ ചോദിച്ചു. 'ഓളേ മത്യോ നിനക്ക്? പൊത്തിപ്പിടിച്ച് കെടക്കാൻ നല്ല രസമായിരിക്കുമെടാ-'

ചെക്കുവിന്റെ മുഖത്ത് അപ്പോഴും യാതൊരു ഭാവഭേദവും കണ്ടില്ല. അയാളുടെ വസി ഒഴിഞ്ഞു കിടന്നിരുന്നു. കുപ്പിയും. ഷർട്ടിന്റെ അറ്റം കൊണ്ട് ചിറി തുടച്ച് ഒരേമ്പക്കം വിട്ടതിനുശേഷം അയാൾ എഴുന്നേറ്റു.

'നല്ല കഥ-' കണാരൻ പിറകെ ചെന്ന് ചെക്കുവിന്റെ കുപ്പായത്തിൽ പിടിച്ചു 'നിയ്യ് പോക്വാ? ഇരിക്കെടാ. ഒരു കുപ്പീംകൂടി കുടിക്ക്. പൈശ പാക്കരൻ കൊടുക്കും.'

അതിനു ഞാൻ തയ്യാറായിരുന്നു. പക്ഷേ, അതു പുറത്തു പറയാനുള്ള ധൈര്യം എനിക്കുണ്ടായിരുന്നില്ല.

'എടാ, പോകല്ലെടാ ചെക്കൂ-'

കണാരൻ പിറകെ ചെന്ന് അയാളുടെ ഉടുമുണ്ടിൽ പിടിച്ചു വലിച്ചു. ചെക്കു പതുക്കെ കണാരന്റെ കൈ തട്ടിമാറ്റി കേളുനായരുടെ മേശയ്ക്കരികിൽ ചെന്നു നിന്ന് കണക്കുതീർത്തു. ഒരു ബീഡി കത്തിച്ചു. ഇറയത്ത് തല മുട്ടാതിരിക്കുവാനായി കുനിഞ്ഞുകൊണ്ട് അയാൾ പുറത്തിറങ്ങി.

'ഓനെവിട്യാ പോക്ന്നതെന്നറ്യോ?' ഷാപ്പിന്റെ നടുവിൽ നിന്നുകൊണ്ട്, കൈകൾ ഉയർത്തി തലയിൽവെച്ച്, കണാരൻ അലറിച്ചിരിച്ചു. 'ഓൻ പർവ്വതക്കല്യാണീന്റെടുത്താ പോക്ന്നത്.'

ഷാപ്പു മുഴുവൻ കണാരന്റെ ചിരിയിൽ പങ്കുചേർന്നു.

ചെക്കുവിനോട് എനിക്ക് ഒരു കാര്യം പറയുവാനില്ലേ? ചുമടു താങ്ങിയും അല്ലറ ചില്ലറ പണിയെടുത്തും എനിക്കു മടുത്തു. ചെറിയ വരുമാനമുള്ളതാണെങ്കിലും സ്ഥിരമായ ഒരു ജോലിയാണ് എനിക്കു വേണ്ടത്. ചെക്കുവിന് പട്ടണത്തിലെ ശേട്ടുമാരെ പരിചയം കാണും. അരി

യെടുക്കുന്നത് അവരുടെ ഗോഡൗണുകളിൽ നിന്നാണല്ലോ.....ചെക്കു വിചാരിച്ചാൽ ഞാൻ ജയിച്ചു.

ഞാൻ പെട്ടെന്ന് എഴുന്നേറ്റ് കണക്കുതീർത്ത് പുറത്തിറങ്ങി.

ചെക്കുനിരത്തിന്റെ വളവിൽ എത്തിയിരുന്നു. പതുക്കെയാണ് അയാൾ നടക്കുന്നത്. തോളിലിരുന്ന തോർത്ത് ഇപ്പോൾ തലയ്ക്ക് ചുറ്റു മാണ്. കള്ളിമുണ്ട് മടക്കിക്കുത്തിയിരുന്നു.

ഞാൻ പിറകെ നടന്നു.

ചെക്കു നേരെ മെയിൻ റോഡിലൂടെ പോകുമെന്നാണ് ഞാൻ കരുതിയത്. പക്ഷേ, അയാൾ സാവധാനം ഇടതുവശത്തെ ഇടവഴിയിലേക്കിറങ്ങുന്നതാണ് കണ്ടത്. അത് എന്റേയും കണാരന്റേയും പുരയിലേക്കുള്ള വഴിയാണ്. അങ്ങോട്ട് എവിടെയാണ് അയാൾ പോകുന്നത് എന്ന് ഞാൻ അത്ഭുതപ്പെട്ടു. കാരണം ആ ഇടവഴി എന്റേയും കണാരന്റേയും പുരകളെ ചുറ്റി, ഒരു പൊട്ടക്കുളത്തിലാണ് അവസാനിക്കുന്നത്, അവിടെ നടന്നുപോകാൻ കഴിയാത്തവിധം കൂവകളും അരിപ്പൂച്ചെടികളും വളർന്നു കിടക്കുകയാണ്.

ചെക്കു എന്റെ പുരയും പിന്നിട്ട് പതുക്കെ നടന്നു. അയാൾ ബീഡി വലിക്കുന്നുണ്ട് എന്ന് പിറകിൽ നടക്കുന്ന എനിക്ക് മനസ്സിലായി. കാരണം അയാളുടെ തലയിൽ കെട്ടിയ തോർത്തിൽനിന്നു പുക ഉയർന്നിരുന്നു.

ചെക്കു കണാരന്റെ പുരയുടെ മുമ്പിൽ എത്തി. ഇടിഞ്ഞ കല്ലുകൾ പാകിയ കുത്തനെയുള്ള കോണി കയറിയാൽ കണാരന്റെ മുറ്റമായി. അയാൾ എന്തിനാണ് അവിടെ പോകുന്നത് എന്ന് എനിക്കു മനസ്സിലായില്ല. കണാരൻ ഷാപ്പിലല്ലേ? ആണില്ലാത്ത പുരയിൽ ഈ നട്ടുച്ചയ്ക്ക് അയാൾക്കെന്തു കാര്യം?

ഞാൻ എന്റെ നടത്തത്തിന്റെ വേഗം വർദ്ധിപ്പിച്ചു.

ചെക്കു കോണി കയറി മുറ്റത്തെത്തുമ്പോഴേക്ക് ഞാൻ തൊട്ടു പിറകിൽ എത്തിയിരുന്നു.

ചെക്കു കോലായിൽ കയറി തലകുനിച്ച് അയാൾ അകത്തേക്കു നോക്കി, എന്നിട്ട് അകത്തേക്കു കയറി.

മുറ്റത്തുനിന്നു കോലായിലേക്ക് ഓടിക്കയറി ഞാൻ അകത്തേക്കു കുതിച്ചു

അപ്പോഴേക്കും വൈകിപ്പോയിരുന്നു.

കൈകാലുകൾ ഇളം തെന്നൽപോലെ ഇളക്കി, കൈവിരൽ ചിരിക്കുന്ന വായിൽ തിരുകി, കളിച്ചു കിടക്കുന്ന ചന്തക്കാരി കുഞ്ഞിന്റെ നേരെ താഴുന്ന കത്തി.....

ചെക്കു ഇറങ്ങിപ്പോയപ്പോൾ ഞാൻ ഒരിക്കൽക്കൂടി നോക്കി. ഇളം നെഞ്ചിൽ തറഞ്ഞു കിടക്കുന്ന......

ഞാൻ കണ്ണടച്ചു.

******

തെമ്മാടിയായ കുട്ടി

രാവിലെ ഏകദേശം പതിനൊന്നുമണിക്ക് അയാൾ ഓഫീസിൽ ഇരുന്ന് ജോലിചെയ്യുമ്പോൾ മുകളിൽനിന്ന് ദൈവത്തിന്റെ ശബ്ദം കേട്ടു:

'മി. രാമചന്ദ്രൻ, ഹിയറീസ് എ ഗുഡ് ന്യൂസ് ഫോർ യു. താങ്കൾക്ക് മകൻ പിറന്നിരിക്കുന്നു.'

ഇന്നലെ വൈകുന്നേരമാണ് വനജയെ നഴ്സിങ് ഹോമിൽ അഡ്മിറ്റ് ചെയ്തത്. ടെലിഫോൺ ശബ്ദിക്കുമ്പോഴെല്ലാം അത് നഴ്സിങ് ഹോമിൽ നിന്നാണ് എന്നു വിചാരിക്കും.

അയാൾ ഫയൽ എഴുതുന്നതു നിർത്തി മുകളിലേക്കു നോക്കി. ദൈവം തുടർന്നു:

'കൺഗ്രാചുലേഷൻസ്, മിസ്റ്റർ രാമചന്ദ്രൻ.'

അയാൾ എഴുന്നേറ്റ് മേലുദ്യോഗസ്ഥന്റെ അടുത്തുചെന്ന് വിവരം പറഞ്ഞു. എന്നിട്ട് ഓഫീസിൽനിന്നു വെളിയിൽ ഇറങ്ങി. നിരത്തിൽ നല്ല തെളിഞ്ഞ വെയിൽ കാണാം. ആളുകൾ സന്തോഷത്തോടെ അങ്ങോട്ടും ഇങ്ങോട്ടും വരുകയും പോകുകയും ചെയ്യുന്നു.

മുകളിൽനിന്ന് വീണ്ടും ദൈവത്തിന്റെ ശബ്ദം:

'താങ്കളുടെ മകന്റെ പേര് സതീന്ദ്രൻ എന്നായിരിക്കും. അവൻ സുന്ദരനും ബുദ്ധിശാലിയുമായി വളരും.'

അതുകേട്ട് ഏതൊരു പിതാവിനേയുംപോലെ രാമചന്ദ്രനും ആനന്ദിച്ചു. സതീന്ദ്രൻ എന്നപേരു മാത്രം അയാൾക്കു രുചിച്ചില്ല. ഇത്ര പരിഷ്കാരമുള്ള ഒരു പേരു വേണോ തന്റെ മകന്? അവനെ ബാലനെന്നോ മാധവനെന്നോ വിളിക്കുവാനാണ് അയാൾ ഇഷ്ടപ്പെടുന്നത്.

ബസ്സ്റ്റോപ്പിൽവെച്ച് അയാൾ ഒരു സിഗരറ്റ് കത്തിച്ചുവലിച്ചു. എന്തെങ്കിലും അല്ലെങ്കിൽ ആരെയെങ്കിലും കാത്തുനില്ക്കുമ്പോൾ അയാൾക്കു പുകവലിക്കണം അല്ലെങ്കിൽ സിഗരറ്റ് അത്ര നിർബന്ധമല്ല.

ഒരു മോട്ടോർ സൈക്കിൾ ഇരമ്പിക്കൊണ്ടു കടന്നുപോയപ്പോൾ ദൈവത്തിന്റെ സ്വരം വീണ്ടും തെളിഞ്ഞു:

'നാലാമത്തെ വയസ്സിൽ സതീന്ദ്രൻ അവന്റെ അച്ഛന്റെ കരണത്തടിക്കും.'

അതുകേട്ടപ്പോൾ രാമചന്ദ്രൻ വിളറിപ്പോയി. സ്വന്തം മകൻ തന്റെ കരണത്തടിക്കും എന്നു കേൾക്കുമ്പോൾ ഏതു പിതാവാണ് വിളറാതിരിക്കുക?

ദൈവം തുടർന്നു:

'സതീന്ദ്രൻ പഠിപ്പിൽ മിടുമിടുക്കനായിരിക്കും. എല്ലായ്പ്പോഴും അവൻ ക്ലാസിൽ ഒന്നാമനായിരിക്കും. അവന് അവന്റ അച്ഛന്റെ നൂറിരട്ടി ബുദ്ധിശക്തിയുണ്ടാകും.'

രാമചന്ദ്രൻ ഭാവിയിൽ വരാൻപോകുന്ന ഒരു രംഗം മനസ്സിൽകണ്ടു.

അയാൾ വീട്ടിനുമുമ്പിൽ കാർ നിർത്തിയപ്പോൾ സതീന്ദ്രനും വനജയും ഓടി വന്നു.

'ഞാൻ പറയാം.' വനജ.

"അല്ലമ്മേ, ഞാൻ പറയാം.' സതീന്ദ്രൻ.

രണ്ടുപേരുംകൂടി തർക്കിച്ചുനിന്നു. അന്നേരം രാമചന്ദ്രൻ പറഞ്ഞു:

"രണ്ടുപേരുംകൂടി തർക്കിക്കേണ്ട. ഞാൻ പറയാം. റിസൾട്ടറിഞ്ഞു. സതീന്ദ്രൻ ഫസ്റ്റ്.'

അയാൾ അമ്മയേയും മകനെയും ഒന്നിച്ച് കൂട്ടിപ്പിടിച്ച് മുകളിലേക്കുയർത്തി രണ്ടാൾക്കും ഓരോ ഉമ്മകൊടുത്തു.

'അന്ന് സതീന്ദ്രൻ മൂന്നാം ക്ലാസ്സിലായിരിക്കും.'

നിരത്തിലെ ഗതാഗതത്തിന്റെ ബഹളത്തിനിടയിൽ രാമചന്ദ്രൻ പിന്നേയും ദൈവത്തിന്റെ ശബ്ദം കേട്ടു:

'നാലാം ക്ലാസുവരെ യാതൊരു അനിഷ്ടസംഭവവും കൂടാതെ സതീന്ദ്രൻ പഠിത്തം തുടരും. അഞ്ചാംക്ലാസിൽവച്ച് അവൻ സരസ്വതിടീച്ചറുടെ....'

രാമചന്ദ്രന് ഷോക്കേറ്റതുപോലെ തോന്നി.

ആ രംഗവും അയാൾ മനസ്സിൽ കണ്ടു.

സതീന്ദ്രൻ ക്ലാസിൽ കയറിവരുമ്പോൾ സരസ്വതിടീച്ചർ ഹാജർ വിളിച്ചുകൊണ്ടിരിക്കുകയാണ്. അവൻ ഒരു പൂച്ചയെപ്പോലെ പതുങ്ങി തന്റെ സ്ഥാനത്ത് ചെന്നിരുന്നു. അവൻ അന്നത്തെ ഹോം വർക്ക് ചെയ്തിരുന്നില്ല. ആറു കണക്കുകൾ.

ടീച്ചർ ഓരോരുത്തരുടേയും ബുക്ക് വാങ്ങി കണക്കുകൾ നോക്കി, സതീന്ദ്രന്റെ ബുക്കും നോക്കി,

'സതീന്ദ്രൻ ഇവിടെ വാ.'

ടീച്ചർ അവന്റെ ബുക്കുമായി മേശയുടെ പിറകിൽ തന്റെ കസേരയിൽ ചെന്നിരുന്നു. സതീന്ദ്രൻ അവരുടെ അരികിൽ ചെന്നുനിന്നു. ടീച്ചർ

മേശവലിപ്പിൽ നിന്ന് ഒരു ചൂരൽ പുറത്തെടുത്ത് അവന്റെ ഉള്ളം കൈയിൽ നല്ല മൂന്ന് അടികൊടുത്തു.

'പോയി സീറ്റിലിരിക്ക്.'

ടീച്ചർ കല്പിച്ചു. അന്നേരമാണ് അവൻ ആ വികൃതി കാണിച്ചത്. കൈ നീട്ടി ടീച്ചറുടെ മാറിൽ തൊട്ടു.

സരസ്വതി ടീച്ചർ ആകെ ഉരുകിപ്പോയി.

കിഴക്ക് ബസ്സിന്റെ മുഖം കണ്ടു. രാമചന്ദ്രന് പോകേണ്ട ബസ്സ്തന്നെ. അയാൾ കൈകാണിച്ച് വണ്ടി നിർത്തി. ബസ്സിൽ പലതരങ്ങളിലുള്ള ആളുകൾ ഇടതിങ്ങി ഇരിക്കുകയും നിൽക്കുകയും ചെയ്യുന്നു. അവരുടെ ഇടയിൽ അയാളും നിന്നു,

ബസ്സ് നീങ്ങിയ ഉടനെ ദൈവത്തിന്റെ ശബ്ദം:

'സതീന്ദ്രൻ ഒന്നാം ക്ലാസിൽ പി.യു.സി. പാസ്സായി. അവന് എൻജിനിയറിങ് കോളേജിൽ പ്രവേശനം കിട്ടി.'

ബസ്സിൽ മുകളിലത്തെ കമ്പിയിൽ പിടിച്ച് തൂങ്ങിനില്ക്കുന്ന രാമചന്ദ്രന്റെ ഹൃദയം ആനന്ദത്താൽ തുടിച്ചു. ഏതൊരു പിതാവിന്റെയും ഹൃദയം തുടിപ്പിക്കുന്ന ഒരു വാർത്തയാണല്ലോ അയാൾ ഇപ്പോൾ കേട്ടിരിക്കുന്നത്.

അശരീരി തുടർന്നു:

'കോളേജിലെ ആദ്യവർഷംതന്നെ സതീന്ദ്രൻ ഒരു മദ്യപാനിയായി. ആദ്യം വിദേശമദ്യം മാത്രമാണ് അവൻ ഉപയോഗിച്ചത്. പിന്നീട് കള്ളും ചാരായവും. സതീന്ദ്രൻ അവിടെയും നിന്നില്ല. കള്ളിനും ചാരായത്തിനും മുകളിൽ രണ്ടു പുക കഞ്ചാവുകൂടി കിട്ടിയില്ലെങ്കിൽ അവന് തൃപ്തിയാകുകയില്ല എന്നായി.'

അതുകേട്ട് രാമചന്ദ്രന്റെ ഹൃദയം പിളർന്നു.

'മൂന്നാം വർഷം സതീന്ദ്രൻ ഒരു പെണ്ണിനെ കാമിച്ചു. അവൾ പ്രലോഭനങ്ങൾക്കൊന്നും വഴങ്ങിയില്ല. അന്നേരം സതീന്ദ്രൻ അവളെ മാനഭംഗപ്പെടുത്താൻ ശ്രമിച്ചു.'

രാമചന്ദ്രൻ ഇരുകൈകൾകൊണ്ടും തന്റെ ചെവികൾ പൊത്തി. മുകളിൽ കമ്പിയിൽനിന്നു കൈവിട്ടതുകൊണ്ട് അയാൾ ബാലൻസ് തെറ്റി തൊട്ടരുകിൽ ഇരിക്കുന്ന ഒരു മാപ്പിളയുടെ മുകളിൽ മറിഞ്ഞുവീണു.

'എന്താ മൂപ്പരെ, ങ്ങള് കുടിച്ചിട്ടാ വണ്ടിയില് കേറ്യത്?'

മാപ്പിളയ്ക്ക് ശുണ്ഠിവന്നു.

'രമണി എന്നാണ് ആ പെണ്ണിന്റെ പേര്. കുറുതായി വെളുത്തിട്ട്. ഒറ്റനോട്ടത്തിൽത്തന്നെ സതീന്ദ്രൻ അവളെ കാമിച്ചുപോയി. അവളെക്കുറിച്ചു ചിന്തിച്ച് അവന് ഊണും ഉറക്കവും നഷ്ടപ്പെട്ടു.

'എന്റെ കത്തിനെന്താ മറുപടി തരാത്തത്?'

ഇടവഴിയിൽവച്ചു കണ്ടപ്പോൾ അവൻ ചോദിച്ചു.

'ഒന്ന് മാറി നില്ക്കണം മിസ്റ്റർ' അവൾ പറഞ്ഞു. 'കണ്ട തെണ്ടികൾക്ക് കത്തയക്കാൻ ഞാൻ പഠിച്ചിട്ടില്ല.'

അവളുടെ നിറഞ്ഞ മുഖം ചുവന്നു തുടുത്തു.

'കത്തല്ല എനിക്കു വേണ്ടത്...'

അവൾ ദേഷ്യത്തോടെ അവനെ നോക്കി.

'നിന്നെയാണ് വേണ്ടത്.'

അവൾ തല വെട്ടിച്ച് പുസ്തകങ്ങൾ മാറോടു ചേർത്തുപിടിച്ചു കടന്നുപോകാൻ ശ്രമിച്ചു. അയാൾ അവളുടെ കൈയിൽ കടന്നു പിടിക്കുകയും ചെയ്തു.

'നില്ലെടീ അവിടെ.'

'കൈ വിടുന്നതാ നിനക്കു നല്ലത്.'

'നായിന്റെ മോളെ മിണ്ടാതിരിക്ക്. മര്യാദയ്ക്ക് എന്റെ കൂടെ വരുന്നതാണ് നിനക്കു നല്ലത്.'

'അവൾ അബലയായ ഒരു പെണ്ണല്ലേ? എന്തു പറയും? എത്ര നേരം ചെറുത്തുനില്ക്കും? ചുരുക്കിപ്പറഞ്ഞാൽ സതീന്ദ്രൻ അവളെ മാനഭംഗപ്പെടുത്തി.'

ദൈവം തുടർന്നു:

'സതീന്ദ്രൻ ഒന്നാം ക്ളാസിൽ പാസ്സായി. വൈകാതെതന്നെ അവന് ഒരു എൻജിനീയറുടെ ജോലി കിട്ടി. കൺഗ്രാചുലേഷൻസ്, മിസ്റ്റർ രാമചന്ദ്രൻ.'

രാമചന്ദ്രൻ വളരെ ആനന്ദിച്ചു. തന്റെ മകൻ ഒരു എൻജിനീയറല്ലോ.

ദൈവം പിന്നേയും പറഞ്ഞു:

'പക്ഷേ, അധികകാലം സതീന്ദ്രൻ ജോലിയിൽ തുടർന്നില്ല. രണ്ടു വർഷം പൂർത്തിയാകുന്നതിനുമുമ്പ് അയാൾ ആ ഉദ്യോഗം ഉപേക്ഷിച്ചു.'

ബസ്സ് നല്ല വേഗത്തിൽ പലേ നിരത്തുകളിലൂടെ ഓടിപ്പോവുകയാണ്. റോഡിൽ ഒരുപാട് ആളുകളെ കാണാം. വാഹനങ്ങളും ഒരുപാടുണ്ട്.

രാമചന്ദ്രന് കൂടുതൽ കേൾക്കുവാൻ താൽപര്യമില്ല. എന്നിട്ടും ദൈവം തുടർന്നു:

'ജോലി ഉപേക്ഷിച്ച സതീന്ദ്രൻ കുറേക്കാലം ഊരുചുറ്റി. കുറച്ചുകാലം അയാളുടെ ഒരു വിവരവും ഉണ്ടായിരുന്നില്ല. മി. രാമചന്ദ്രൻ നിങ്ങളും നിങ്ങളുടെ ഭാര്യയും മകനുവേണ്ടി ധാരാളം തീതിന്നു. നീണ്ട അഞ്ചു വർഷങ്ങൾക്കുശേഷം അവസാനം സതീന്ദ്രൻ നാട്ടിൽ തിരിച്ചെത്തുന്നു..'

'സതീന്ദ്രന് ജോലി ചെയ്യുന്നതിലോ കുടുംബജീവിതം നയിക്കുന്ന

തിലോ യാതൊരു താൽപര്യവും കണ്ടില്ല. ക്രമേണ അയാൾ വിപ്ലവപ്രവർത്തനത്തിൽ ഏർപ്പെട്ടു. പക്ഷേ, അപ്പോഴും അയാൾ നന്നായി കുടിച്ചുകൊണ്ടിരുന്നു. അതുകൊണ്ട് അയാൾക്ക് പാർട്ടിയിൽനിന്ന് പുറത്തു വരേണ്ടിവന്നു. അതിനുശേഷം അയാൾ സ്വന്തമായി ഒരു വിപ്ലവപ്പാർട്ടി രൂപീകരിച്ചു. തുടർന്ന് രാഷ്ട്രീയംവിട്ട് മദ്യപിച്ചു നടന്നു. അതിനിടയിൽ നിങ്ങളുടെ നാട്ടിലെ ദുർനടപ്പുകാരിയായ കനകവല്ലി എന്ന സ്ത്രീയെ വിവാഹവും ചെയ്തു...'

'മതി-'

രാമചന്ദ്രൻ അലറി. ഡ്രൈവറുടെ കാൽ അയാൾ അറിയാതെ ബ്രെയ്ക്കിൽ അമർന്നു. ബസ്സിലുള്ളവരെല്ലാം അയാളെ പകച്ചു നോക്കി.

രാമചന്ദ്രന്റെ ശരീരം ആകമാനം വിറച്ചു. അയാൾ വിയർപ്പിൽ കുളിച്ചു.

'എന്തുപറ്റി ങ്ങക്ക്?'

'സുഖോല്ല്യേ.'

'ബസ്സ് നിറുത്തണോ?'

'വെള്ളം വേണോ?'

എല്ലാവരും അന്വേഷിച്ചു. ഒരാൾ എഴുന്നേറ്റ് തന്റെ ഇരിപ്പിടം രാമചന്ദ്രനുവേണ്ടി ഒഴിഞ്ഞുകൊടുത്തു. ആരോ അയാളെ അവിടെ പിടിച്ചിരുത്തി.

പത്തു മിനിറ്റ് കഴിഞ്ഞപ്പോൾ ബസ്സ് നഴ്സിങ്ങ് ഹോമിന്റെ അരികിലുള്ള സ്റ്റോപ്പിൽ നിന്നു.

'കീയേണ്ടവർ കീഞ്ഞോളീൻ, കേരേണ്ടവർ കേരിക്കോളിൻ.' കണ്ടക്ടർ പറഞ്ഞു.

ഇറങ്ങേണ്ടവർ ഇറങ്ങുകയും കയറേണ്ടവർ കയറുകയും ചെയ്തു.

'ങ്ങക്ക് ഇവിട്യല്ലേ കീയേണ്ടത്?'

കണ്ടക്ടർ ഓർമ്മിപ്പിച്ചു. രാമചന്ദ്രൻ മനസ്സില്ലാമനസ്സോടെ താഴെ ഇറങ്ങി.

നേരെ മുമ്പിൽ നഴ്സിങ്ങ് ഹോം.

അങ്ങോട്ടു ചെല്ലുവാൻ അയാൾക്കു മനസ്സുവന്നില്ല. എന്തിന് അവനെ കാണണം? ആ തെമ്മാടിയെ-

ഗെയ്റ്റിനരികിലൂടെ കടന്നുപോയ വനജയുടെ ജ്യേഷ്ഠസഹോദരൻ നാരായണൻമാസ്റ്റർ, വെളിയിൽ നിരത്തിൽ സംശയിച്ചു നില്ക്കുന്ന രാമചന്ദ്രനെ കണ്ട് വേഗം അയാളുടെ അരികിൽ ചെന്നു.

'മോനെ കാണണ്ടേ? നിന്നെപ്പോലെതന്നെ. അച്ഛന്റെ തനി രൂപം മകനും കിട്ടിയിരിക്കുന്നു.'

അയാൾ ഒന്നും മിണ്ടാതെ ജ്യേഷ്ഠസഹോദരന്റെ കൂടെ നേഴ്സിങ്ങ്

ഹോമിലേക്കു നടന്നു.

രാമചന്ദ്രന്റെ അമ്മ അയാളെ കണ്ടപ്പോൾ വലിയ സന്തോഷത്തോടെ പറഞ്ഞു:

'മൂക്ക് നിന്റേതുതന്നെ. കണ്ണും നിന്റേതുതന്നെ.'

എല്ലാവരുടേയും കൂടെ അയാൾ വനജയുടെ മുറിയിൽ ചെന്നു. കിടക്കയിൽ കിടന്നു മയങ്ങുന്ന കൊച്ചുമകനെ അയാൾ നോക്കിനിന്നു പനിനീർപ്പൂവിന്റെ ചന്തമുള്ള കൊച്ചുകള്ളൻ. ഇരുണ്ട ചുരുളൻ മുടി...

നീയാണോ നാലാം വയസ്സിൽ എന്റെ കരണത്ത് അടിക്കുക? നീയാണോ ഒൻപതാം വയസ്സിൽ ടീച്ചറുടെ മുലയ്ക്ക് പിടിക്കുക? നീയാണോ കുടിയനും വിപ്ലവകാരിയും? നീയാണോ തേവിടിശ്ശി കനകവല്ലിയെ... നിന്നെ ഞാൻ...

അയാളുടെ കൈകൾ തന്റെ മകന്റെ ഇളംകഴുത്ത് ഞെരിക്കുവാനായി കിടക്കയിലേക്കു നീണ്ടു. അയാൾ അവനെ കോരിയെടുത്തു...

അയാൾ ആ ഇളം കുഞ്ഞിന്റെ ഉറങ്ങുന്ന കണ്ണുകളിലും പാൽച്ചുണ്ടുകളിലും നിർന്നിമേഷം നോക്കിനിന്നു. എന്നിട്ട് അവനെ സ്വന്തം നെഞ്ചിൽ ചേർത്തുപിടിച്ച് അവന്റെ മുഖത്ത് ഒരുപാട് ഉമ്മകൾവച്ചു.

മകനേ, നീ ജീവിക്കൂ-അയാളുടെ മനസ്സ് പറഞ്ഞു. ഈ അച്ഛന്റെ സ്നേഹവും സഹതാപവും എന്നും നിനക്കു ലഭിക്കും. ഈ അച്ഛൻ എന്നും എല്ലായ്പ്പോഴും നിന്റെകൂടെയുണ്ടാവും.

******

വേശ്യകളേ, നിങ്ങൾക്കൊരമ്പലം

വേശ്യകളേ, നിങ്ങൾക്കൊരമ്പലം

ഹരിദ്വാറിൽപോകുമ്പോൾ ഒരു വേശ്യയെക്കൂടെ കൊണ്ടുപോകുവാൻ തീർച്ചപ്പെടുത്തി.

അവന്റെ വീട്ടിൽ എന്നും വേശ്യകൾ വരാറുണ്ട്. ആപ്പീസിലാണെങ്കിൽ സദാ വേശ്യകൾ ടെലിഫോൺചെയ്യുന്നു. റസ്റ്റോറന്റിൽ വേശ്യകളുമൊരുമിച്ചിരുന്നാണ് അവൻ കാപ്പികുടിക്കാറുള്ളത്. ഗാലറികളിൽ ചിത്രപ്രദർശനങ്ങൾ കാണാൻപോകുമ്പോഴും വേശ്യകൾ അവനോടൊപ്പമുണ്ടാകും. എല്ലാ ചൊവ്വാഴ്ചയും ഹനുമാൻകോവിലിൽ തൊഴാൻ ചെല്ലുന്നത് വേശ്യയുടെ അകമ്പടിയോടെയാണ്.

ചിതയിൽ പോകുന്നതും വേശ്യയോടൊപ്പമായിരിക്കും.

അവന്റെ ജീവിതം വേശ്യകളുടെ ഒരു വഴിയമ്പലമാണ്.

ഒരു വേശ്യയുടെ വയറ്റിൽ പിറക്കാത്തതാണ് അവന്റെ ജീവിതത്തിലെ ഏറ്റവും വലിയ ദുരന്തം. ഒരു നല്ല തറവാട്ടിൽ പൊന്നുപോലത്തെ സ്വഭാവമുള്ള ഒരമ്മയുടെ ഗർഭപാത്രത്തിലാണ് അവൻ പൊട്ടിമുളച്ചത്. അച്ഛന്റേതല്ലാതെ മറ്റാരുടേയും ജീവബീജങ്ങൾ കടന്നുചെന്നിട്ടില്ലാത്ത ആ ഗർഭപാത്രത്തിലാണ് അവൻ തന്റെ രക്തത്തിലും മാംസത്തിലും എല്ലിലും ഉരുത്തിരിഞ്ഞത്. അതുതന്നെ ദുരന്തവും.

നെപ്പോളിയന്റെയും ചെഗുവേരയുടെയും ബോബ് ഡൈലന്റെയും ദുരന്തവും അതുതന്നെയാണ്. എർവിൻ സ്ട്രിറ്റ്മാററ്റും വിറ്റോൾഡ് ഗാംബോവിക്കും അതേ ദുരന്തത്തിന്റെ കുരിശുകളിൽ കിടക്കുന്നു. ബുദ്ധന്റെയും യേശുവിന്റെയും ദുരന്തവും അവന്റെ ദുരന്തംതന്നെ.

എന്തുകൊണ്ട് നെപ്പോളിയനും ചെഗുവേരയും ബോബ് ഡൈലനും ഒരു വേശ്യയുടെ ഗർഭപാത്രത്തിൽ പിറന്നില്ല.?

എന്തുകൊണ്ട് സ്ട്രിറ്റ്മാററ്റും ഗാംബോവിക്കും വേശ്യകളുടെ മക്കളായില്ല?

എന്തുകൊണ്ട് ശ്രീബുദ്ധനും ശ്രീയേശുവും വേശ്യകളുടെ വയറ്റിൽ പിറവിയെടുത്തില്ല?

അവൻ വേശ്യയുടെ ഗർഭപാത്രത്തിൽ പിറന്നില്ല. നേരുതന്നെ. പക്ഷേ,

അവൻ വേശ്യകളോടൊപ്പം ജീവിക്കും. അവരെ കെട്ടിപ്പിടിച്ചുകൊണ്ടായിരിക്കും ചാകുക. ഒരു വേശ്യയോടൊപ്പം മാത്രമേ അവൻ ചാകുകയുള്ളൂ.

ഹരിദ്വാറിൽ പോകുന്നത് ഒരു വേശ്യയോടൊപ്പമായിരിക്കും, തീർച്ച.

കരോൾബാഗിലെ ശാന്ത എന്ന വേശ്യ പറഞ്ഞു:

"ഹരിദ്വാറിൽ ഞാനും വരുന്നു."

ശാന്ത തൃശ്നാപ്പള്ളിക്കാരിയാണ്. അവൾ കറുത്തിട്ടും മെലിഞ്ഞിട്ടുമാണ്. അവൾ മുടന്തിയുമാണ്.

ദരിയാഗഞ്ചിലെ കാന്ത എന്ന വേശ്യ ചോദിച്ചു:

"ഞാനും വരട്ടെ?"

കാന്ത തൃശ്നാപ്പള്ളിക്കാരിയല്ല. കറുത്തിട്ടും മെലിഞ്ഞിട്ടുമല്ല. മുടന്തിയുമല്ല.

കാന്ത ശാന്തയല്ല.

കാന്ത പഞ്ചാബിയാണ്. അവൾക്ക് ഗോതമ്പിന്റെ നിറമാണ്. തലമുടി കടുകെണ്ണ പുരട്ടി സദാ ചീകിവെക്കും.

കാന്ത കാന്തയാണ്.

ശാന്ത ശാന്തയാണ്.

കാന്ത കാന്തയും ശാന്ത ശാന്തയുമാണ്.

ഡിഫൻസ് കോളണിയിലെ ലത പതിനെട്ടുകാരിയാണ്. യാങ്കിശൈലിയിൽ ഇംഗ്ലീഷ് പറയും. ബീറ്റിൽസിന്റെ ആരാധികയാണ്. ബെൽബോട്ടം പാന്റും ഗോഗോ കൂർത്തയും ധരിക്കും. മൂക്കിന്മേൽ മൂക്കുത്തിയുണ്ട്.

ലത എന്ന വേശ്യപറഞ്ഞു:

"ഞാനും വരുന്നു."

അവൾ വെറുതെ വരില്ല. പണം കൊടുക്കണം. ഓരോ നിമിഷവും, അവൾക്കുവിലപിടിച്ചതാണ്. ഒരു മണിക്കൂറിന് എഴുപത്തഞ്ചുറുപ്പികയാണ് അവൾക്കുവില. മൂന്നുദിവസമാണ് ഹരിദ്വാറിൽ ചെലവഴിക്കാൻ പരിപാടിയിട്ടിട്ടുള്ളത്.

"എത്ര പൈസ വേണം നിനക്ക്?"

"അഞ്ഞൂറു തരാമോ?"

"തരാം."

ലതയെ മതി. അവളുടെ മൂക്കുത്തി മതി. അവളുടെ വിടർന്ന ചന്തി മതി. അഞ്ഞൂറുറുപ്പിക പുല്ലാണ്. പത്തുദിവസത്തെ ശമ്പളം. പത്തുദിവസത്തേതു മാത്രമല്ല, ഒരു മാസത്തെ ശമ്പളം മുഴുവനും തരാം. ഒരു വർഷത്തെ ശമ്പളം തരാം. ജീവിതകാലത്തെ മുഴുവൻ ശമ്പളം തരാം.

"നീ മതി. നിന്റെ മുക്കുത്തി മതി."

"അഞ്ഞൂറു കൂടുതലാണോ?"

"അല്ല കുറവാണ്."

"ആയിരം തരാമോ എന്നാൽ?"

"പതിനായിരം തരാം."

പതിനായിരം ആനയുടെ വിലയാണ്. ആനയേക്കാൾ വിലപിടിച്ചതല്ല വേശ്യ!

"ഉണ്ടെങ്കിൽ തരുമെന്ന് എനിക്കറിയാം."

ടെലിഫോണിലൂടെ മണികിലുക്കംപോലവൾ ചിരിച്ചു. അവൾക്ക് അവനെ സ്നേഹമാണ്. അവന്റെ കനത്ത കൈകാലുകൾ, നീണ്ട കഴുത്ത്, വിരിഞ്ഞ നെഞ്ച്, പൈപ്പിന്റെ കറപിടിച്ച ചിറികൾ- എല്ലാം എല്ലാം അവൾക്കിഷ്ടമാണ്.

അവൾക്കു മാത്രമല്ല അവനെ സ്നേഹം.

കരോൾബാഗിലെ ശാന്തയ്ക്കും സ്നേഹമാണ്.

ശാന്തയ്ക്കു മാത്രമല്ല സ്നേഹം.

ദരിയാഗഞ്ചിലെ കാന്തയ്ക്കും അവനെ സ്നേഹമാണ്.

ലതയ്ക്കും ശാന്തയ്ക്കും കാന്തയ്ക്കും മാത്രമല്ല അവനോടു സ്നേഹം. നഗരത്തിലെ എല്ലാ വേശ്യകളും അവനെ സ്നേഹിക്കുന്നു.

അവൻ വേശ്യകളുടെ ക്ഷേത്രമാണ്.

രാവണൻ എന്ന രാക്ഷസനുവേണ്ടി മനുഷ്യൻ ക്ഷേത്രങ്ങൾ പണിതു. ഹനുമാൻ എന്ന കുരങ്ങിനുവേണ്ടിയും നാടുനീളെ അവൻ ക്ഷേത്രങ്ങൾ പണിതു. ശിവന്റെ മൂത്രാവയവത്തെ അവൻ പ്രതിഷ്ഠിച്ചു. പൂജിച്ചു.

വേശ്യകൾക്കുവേണ്ടി ആരും അമ്പലങ്ങൾ പണിതില്ല.

അവൻ പണിയും, നാടുനീളെ, ജീവിതം നിറയെ, അവൻ അവർക്കുവേണ്ടി അമ്പലങ്ങൾ പണിയും.

ത്രിവേണീഘട്ടിലെ പണ്ഡകളേ, വേശ്യകൾക്കുവേണ്ടി ഗായത്രീമന്ത്രങ്ങൾ ചൊല്ലൂ.

പൂജാരികളെ വേശ്യകൾക്കുവേണ്ടി പൂജ ചെയ്യൂ.

മണികളേ, വേശ്യകൾക്കുവേണ്ടി മുഴങ്ങൂ.

ദീപങ്ങളെ, വേശ്യകൾക്കുവേണ്ടി ജ്വലിക്കൂ.

മനുഷ്യനു സുഖം നല്കി നല്കി സമുദായത്തിന്റെ നാറുന്ന ഓടയിൽ ഉഷ്ണരോഗം വന്ന് ചത്തൊടുങ്ങുന്ന വേശ്യകൾക്കുവേണ്ടി ലോകമേ, നീ കണ്ണീരൊഴുക്കൂ. വേശ്യകൾ മാലാഖമാരാണ്. തപസ്വിനികളാണ്. ദേവതകളാണ്. വേശ്യകളേ, നിങ്ങൾക്കുവേണ്ടി ഞാൻ കണ്ണീരൊഴുക്കുന്നു.

"ഞാനെവിടെ വരണം?"

ലതയുടെ ശബ്ദം വീണ്ടും ടെലഫോണിൽ കേട്ടു.

"വീട്ടിൽ ഒരുങ്ങിനില്ക്കുക. രാവിലെ ആറുമണിക്ക്."

സൂട്ട്കേസിൽ ഷർട്ടും പാന്റും എടുത്തുവച്ചു. ആവശ്യം വന്നേക്കാവുന്ന മറ്റ് അല്ലറചില്ലറ സാധനങ്ങളും അക്കൂട്ടത്തിൽ ആഫ്റ്റർ ഷേവ് ലോഷനും ഓദ്കൊളോഞ്ഞുമുണ്ട്. ഒരു വലിയ ടിൻ പുകയിലയും മൂന്നു പൈപ്പും.

സൂട്ട്കേസ് പൂട്ടി ടാക്സിക്കു ടെലഫോൺ ചെയ്തു. ടാക്സി പറഞ്ഞു.

"രണ്ടു മിനിട്ട് സാർ."

മുറി പൂട്ടി വെളിയിൽ വരുമ്പോഴേക്കും ടാക്സി എത്തിയിരുന്നു.

"എവിടേക്കാണ്?"

ടാക്സി ചോദിച്ചു.

"ഡിഫൻസ് കോളണി."

"ഏതു ബ്ലോക്ക്?"

ടാക്സി ഓടുന്നതിനിടയിൽ ചോദിച്ചു.

"ലത എന്ന വേശ്യ താമസിക്കുന്ന ബ്ലോക്കിൽ."

ടാക്സി പാൻ തിന്നു ചുവപ്പിച്ച ചിറികളിൽ അവജ്ഞയുമായി ഡിഫൻസ് കോളനിയിലേക്കു പാഞ്ഞു. അവനറിയാം ലതയുടെ വീട്. അവനു മാത്രമല്ല എല്ലാ ടാക്സികൾക്കും അറിയാം. ടാക്സികൾക്കു മാത്രമല്ല. കാഡിലാക്കുകൾക്കും ഷെപ്രോലകൾക്കും അവളുടെ വീടറിയാം. അവളുടെ വീട് തീർത്ഥാടനകേന്ദ്രമാണ്.

തീർത്ഥാടകരേ നിങ്ങളെന്തിനു ഋഷികേശിൽ പോകുന്നു? തീർത്ഥാടകരേ, നിങ്ങളെന്തിന് അലഹബാദിലെ സംഗമത്തിൽ മുങ്ങുന്നു? തീർത്ഥാടകരേ, നിങ്ങളെന്തിനു മലകയറി അമർനാഥിലും ബദ്രീനാഥിലും പോകുന്നു?

ശാന്ത താമസിക്കുന്ന കരോൾബാഗിലാണ് ഋഷികേശ്. കാന്ത താമസിക്കുന്ന ദരിയാഗഞ്ചാണ് ബദ്രീനാഥ്. ലത താമസിക്കുന്ന ഡിഫൻസ് കോളനിയാണ് അമർനാഥ്.

ലത വരാന്തയിൽ കാത്തിരിപ്പുണ്ട്. കണ്ണുകളിൽ ഉറക്കച്ചടവുണ്ട്. പച്ചനിറമുള്ള സാരി ചുറ്റിയിരിക്കുന്നു. കവിളിൽ പല്ലുകളുടെ ചുവന്ന പാടുകൾ.

"നിന്നെ കണ്ടാൽ വേശ്യയാണെന്ന് തോന്നില്ല."

"പിന്നെ എന്താണു തോന്നുക."

"ദേവതയാണെന്ന്."

"ഞാൻ വേശ്യയാണ് എന്റെ ശരീരത്തിന് പാപത്തിന്റെ നാറ്റമുണ്ട്."

"നിന്റെ ശരീരത്തിന് അമൃതിന്റെ സുഗന്ധമാണ്."

അവൾ സീറ്റിൽ അവനോടു ചേർന്നിരുന്നു.

"ഇന്നലെ ഉറങ്ങിയില്ലേ? എത്ര കസ്റ്റമേഴ്സുണ്ടായിരുന്നു?"

"രണ്ട്."

ആരായിരുന്നു അവരെന്ന് അവൾ വിവരിച്ചു. ഒരാൾ ഒരെംബസ്സിയിലെ സെക്കൻഡ് സിക്രട്ടറിയായിരുന്നു. അയാൾക്ക് പൊന്നിന്റെ നിറമുള്ള കൃതാവുകൾ ഉണ്ടായിരുന്നു. മറ്റെ ആൾ നഗരത്തിലെ പേരുകേട്ട ഒരു ചിത്രകാരനായിരുന്നു. അയാൾക്കു നീണ്ട തലമുടിയുണ്ടായിരുന്നു.

"പല്ലാരുടേതാണ്?"

"ചിത്രകാരന്റെ."

ചിത്രകാരൻ അവളുടെ കവിളിൽ തന്റെ പല്ലുകൊണ്ട് ചിത്രം വരയ്ക്കുകയായിരുന്നുവോ?

ടാക്സി നയീദില്ലി തീവണ്ടിയാപ്പീസിലേക്ക് ഓടി.

"ഞാൻ നിന്റെ അരികിൽ വരുന്നതെന്തിനാണ്?"

"കാമഭ്രാന്തു മാറ്റാൻ."

"അല്ല എന്നിലെ പാപങ്ങൾ കഴുകിക്കളയാനാണ്."

ശാന്തയുടെ കറുത്തുണങ്ങിയ മുടന്തുകാലിൽ കെട്ടിപ്പിടിച്ചുകൊണ്ട് അവൻ കേണു.

"എന്നെ എന്റെ പാപങ്ങളിൽനിന്നു രക്ഷിക്കൂ."

അവൾ കരഞ്ഞു.

"നീ ദേവതയാണ്."

ഗുഹ്യരോഗം ബാധിച്ച ദേവതയുടെ കണ്ണുകൾ പൊട്ടിയൊഴുകി.

മസൂറി എക്സ്പ്രസ്സിലെ ഒന്നാംക്ലാസ് മുറിയിൽ വേശ്യയുടെ തോളിൽ തല ചായ്ച്ചുവെച്ച് അവൻ ഉറങ്ങി.

വേശ്യയുടെ കൈയുംപിടിച്ച് അവൻ ഹരിദ്വാറിൽ വണ്ടിയിറങ്ങി.

"നിനക്ക് ഉഷ്ണരോഗം ഉണ്ടോ?"

"ഇല്ല അടുത്തുതന്നെ ഉണ്ടാകും."

അവൾ മന്ദഹസിച്ചു.

ഖജൂരാവിലെ പുണ്യക്ഷേത്രങ്ങളേ, എന്നെ നിങ്ങളുടെ ചുമരുകളിൽ തളച്ചിടൂ.

ദേവദാസികളേ, ചിതകളിൽനിന്നുയർത്തെഴുന്നേൽക്കൂ. കലിയുഗത്തിന്റെ തലവിധി തിരുത്തിയെഴുതുവാൻവേണ്ടി വരൂ. വരൂ...

ഞാൻ കാത്തിരിക്കുന്നു.

ആദ്യത്തെ സുരതത്തിന്റെ തളർച്ചയിൽ നിന്നുയിർത്തെഴുന്നേറ്റ് അവൻ പറഞ്ഞു:

"നമുക്ക് മാനസാദേവിയെ കാണാൻപോകാം."

വസ്ത്രം മാറി അവർ ടി.ബി.യിൽനിന്നു വെളിയിലിറങ്ങി. അപ്പർറോഡിലൂടെ നടന്നു. മാനസാദേവിയുടെ സാന്നിധ്യത്തിൽ എത്തണമെങ്കിൽ മല കയറണം. എണ്ണമില്ലാത്ത പടവുകളിലൂടെ അവർ മുകളിലേക്കു കയറി. പടവുകൾ അവസാനിച്ചു.

പുഷ്പങ്ങളും സുഗന്ധദ്രവ്യങ്ങളുമായി ഭക്തന്മാർ മലയുടെ മുകളി

ലേക്കു പ്രവഹിച്ചുകൊണ്ടിരുന്നു.

മാനസാദേവിയുടെ മുമ്പിൽ ചെന്നുനിന്നു തൊഴുതു.

ദേവീ, നിനക്കുവേണ്ടി ഞാൻ പുഷ്പങ്ങൾ കൊണ്ടുവന്നിട്ടില്ല. സുഗന്ധദ്രവ്യങ്ങളുമില്ല എന്റെ വശം. പുഷ്പങ്ങൾക്കും സുഗന്ധദ്രവ്യങ്ങൾക്കും പകരം ഞാൻ പുഷ്പത്തേക്കാളും സുഗന്ധദ്രവ്യത്തേക്കാളും പരിശുദ്ധിയുള്ള വേശ്യയെ കൊണ്ടുവന്നിരിക്കുന്നു. സ്വീകരിച്ചാലും....

തിരക്കുപിടിച്ച ഘാട്ടുകളിലൂടെ വേശ്യയുടെ കൈയുംപിടിച്ചു നടന്നു.

അവൾ പറഞ്ഞു;

"എനിക്കു കുളിക്കണം."

ഘാട്ടിൽ എണ്ണമറ്റ തീർത്ഥാടകർ മുങ്ങിക്കുളിക്കുന്നു. അവരുടെ പാപം കൊണ്ട് നദി കലങ്ങിയിരുന്നു. അവരുടെ പാപം ഭക്ഷിച്ചു ചീർത്ത മത്സ്യങ്ങൾ നദിയിൽ പുളച്ചുകളിക്കുന്നു.

"ഞാനെന്റെ പാപം ഇവിടെ കഴുകട്ടെ."

അവൾ വീണ്ടും പറഞ്ഞു.

അവളെന്തിനു ഗംഗയിൽ കുളിക്കുന്നു? അവൾതന്നെയല്ലേ ഗംഗാദേവി?

അതെ, നീ കുളിക്കുക. നിന്റെ സ്പർശത്താൽ ഗംഗയ്ക്കുപാപമോക്ഷം കിട്ടട്ടെ. ഗംഗ പരിശുദ്ധമാകട്ടെ.

സപ്തധാരകൾക്കപ്പുറം നദി ഭീകരമായ മുഴക്കത്തോടെ ഒഴുകുന്നു.

"നമുക്കു നഗ്നരായി കുളിക്കാം."

"ആരെങ്കിലും കണ്ടാലോ?"

"നിന്റെ നഗ്നത ആരും കാണാത്തതാണോ?"

സപ്തർഷികളേ, ലതയെന്ന വേശ്യയുടെ പാദസ്പർശത്താൽ നിങ്ങളുടെ സപ്തദ്വീപുകൾ പരിശുദ്ധമായിത്തീർന്നിരിക്കുന്നു.

ഋഷികളേ ലതയ്ക്കുവേണ്ടി ധ്യാനിക്കൂ.

ബ്രഹ്മകുണ്ഡമേ ലതയ്ക്കുവേണ്ടി ആരതികൾ കൊളുത്തൂ.

"വരൂ."

നദി വിളിച്ചു.

വേശ്യയുടെ കൈപിടിച്ചുകൊണ്ട് അവൻ നദിയിലിറങ്ങി. നദിയിലൂടെ അവർ സഞ്ചരിച്ചു. സപ്തധാരകൾ കടന്ന്, ബ്രഹ്മകുണ്ഡം കടന്ന്, നിരവധി പാലങ്ങൾക്കു ചുവട്ടിലൂടെ, ബംഗാൾ ഉൾക്കടലിനെ ലക്ഷ്യംവെച്ച് അവർ ഒഴുകി.